Ang Daan Patungo sa Diyos

(AT KUNG PAANO ITO MATAGPUAN)

Dwight L. Moody

Isinalin ni A. Villas

ANEKO

PRESS

Gusto namin na mapakinggan ang aming mga mambabasa. Mangyaring makipag-ugnayan sa amin sa www.anekopress.com/questions-comments para sa anumang mga tanong, kumento, o mga suhestiyon.

Ang Daan patungo sa Diyos - Dwight L. Moody

Binagong Edisyon, Karapatang sipi © 2017, 2020

Unang edisyon na nalimbag noong 1884

Disenyo ng Pabalat: Jonathan Lewis

Tagasalin: A. Villas

Aneko Press

www.anekopress.com

Ang Aneko Press, Life Sentence Publishing, at ang aming mga logo ay mga trademark ng

Life Sentence Publishing, Inc.
203 E. Birch Street
P.O. Box 652
Abbotsford, WI 54405

RELIHIYON / Kristiyanong Ministeryo / Ebanghelyo

ISBN

ng Paperback: 979-8-88936-222-7

ng eBook: 979-8-88936-223-4

Mabibili kung saan ibinebenta ang libro.

Talaan ng Nilalaman

Sa mga Mambabasa:

Sinikap kong ituro ang daan patungo sa Diyos sa maliit na librong ito. Kasama rito ang malaking bahagi ng ilang mga sermon na aking ipinangaral sa iba't ibang lungsod sa Britanya at sa aking sariling bansa - ang Estados Unidos. Pinagpala ng Diyos ang mga sermong ito noong aking ipinangaral sa pulpito, at ako'y nanalangin na dagdagan ng Kanyang pagpapala ang nakasulat na bersiyon kasama ang ilang karagdagang materiyal.

Una kong binibigyang-pansin ang pag-ibig ng Diyos, ang pinagmumulan ng lahat ng biyaya at grasya. Pagkatapos nito, susubukan kong ipakilala ang mga katotohanang naaangkop sa mga pangangailangan ng iba't ibang grupo ng tao, upang sagutin kung paano maaaring maging matuwid sa harapan ng Diyos at upang maakay ang mga kaluluwa sa Kanya na siyang daan, katotohanan, at buhay (Juan 14:6).

Ang huling kabanata ay partikular na binabanggit ang mga "nalihis ng landas" - isang uri ng mga tao na masyadong marami sa atin.

Sa taimtim na panalangin at pag-asa na sa pama-
magitan ng pagpapala ng Diyos sa mga pahinang ito,
ang mga mambabasa ay mapatatatag, mapatitibay, at
mapananatili sa pananampalataya kay Kristo,

Ako'y sa inyo sa paglilingkod sa Kanya,

Dwight Moody

Pag-ibig na Nakahihigit sa Lahat ng Kaalaman

At nawa'y maunawaan ninyo ang pag-ibig ni Cristo na hindi kayang abutin ng pag-iisip. (Efeso 3:19)

Kung magagawa ko lang na maunawaan ng mga tao ang tunay na kahulugan ng salita ni apostol Juan - ang Diyos ay pag-ibig - kukunin ko ang tekstong ito at maglalakbay sa buong mundo upang ipahayag ang magandang katotohanang ito. Kung magagawa natin na mapaniwala ang isang tao na mahal natin siya, nagtagumpay na tayo sa kanyang puso. Kung magagawa natin na paniwalaan ng mga tao na mahal sila ng Diyos, makasisiguro tayong magdadagsaan sila sa kaharian ng langit. Ang problema ay maraming mga tao ang nag-iisip na kinamumuhian sila ng Diyos, kaya patuloy silang tumatakbo palayo sa Kanya.

Ilan taon na ang nakalipas, nagtayo kami ng isang simbahan sa Chicago dahil gusto naming ituro sa mga tao ang pag-ibig ng Diyos. Iniisip namin na kung hindi namin ito maipahahayag sa kanilang mga puso sa pamamagitan ng pagsasalita, susubukan naming bigyang-diin ito sa ibang paraan; kaya inilagay namin ang mga salitang ito sa ibabaw ng aming mga pulpito: *Ang Diyos ay pag-ibig.* Isang gabi, may lalaking naglalakad sa kalsada na tumingin sa aming pinto at nakita ang tekstong iyon. Siya ay isang mahirap na alibughang anak na lumayo sa Diyos. Habang naglalakad siya, naisip niya sa kanyang sarili, *ang Diyos ay pag-ibig! Hindi! Hindi Niya ako mahal, dahil ako ay isang mahirap at miserableng makasalanan.* Sinubukan niyang palayasin ang mga salitang iyon sa kanyang isipan, pero tila ba nakatatak ito sa kanyang harapan, sa mga titik na nag-aapoy. Lumakad pa siya nang kaunti, pero biglang bumalik at pumasok sa aming pagtitipon, at nagpatuloy sa pagsamba.

Hindi niya narinig ang sermon, ngunit ang mga salita ng maikling teksto ay malalim na bumaon sa kanyang puso, at sapat na iyon. Hindi mahalaga kung ano ang sinasabi ng mga tao, basta makapasok lamang ang salita ng Diyos sa puso ng makasalanan. Naiwan doon ang lalaking iyon pagkatapos ng unang pagpupulong, at nahanap ko siya roon na umiiyak na parang isang bata. Ipinakilala ko sa kanya ang banal na kasulatan at sinabi ko sa kanya kung paano siya minamahal ng Diyos sa kabila ng kanyang paglayo at naghihintay ang Diyos upang tanggapin at patawarin siya. Bumukas sa kanyang isipan ang liwanag ng ebanghelyo, at siya ay umalis bilang isang bagong tao, nagagalak sa pag-ibig ni Kristo Hesus.

Walang bagay sa mundo na pinahahalagahan natin nang higit sa pag-ibig. Ipakita mo sa akin ang isang tao na walang sinumang nag-aalaga o nagmamahal sa kanya, at ipakikita ko sa iyo ang isa sa mga pinakamalungkot na nilalang sa mundo. Bakit nagpapakamatay ang mga tao? Madalas na dahil ito sa pag-iisip na walang nagmamahal sa kanila kaya mas gusto nilang mamatay kaysa mabuhay.

Wala akong nalalaman na katotohanan sa buong Bibliya na kasing lakas at kaibig-ibig tulad ng pag-ibig ng Diyos, at walang katotohanan sa Bibliya na nais ni Satanas na burahin nang gayon. Mahigit sa anim na libong taon, sinusubukan niyang mapaniwala ang mga tao na hindi sila minamahal ng Diyos. Nagtagumpay siya sa kasinungalingang ito sa mga unang magulang natin, at madalas na nagtatagumpay din siya sa kanilang mga anak.

Ang ideyang hindi tayo minamahal ng Diyos ay madalas na nagmumula sa maling aral. Nagkakamali ang mga magulang sa pagtuturo sa kanilang mga anak na minamahal lamang sila ng Diyos kapag sila ay gumagawa nang tama, hindi sila minamahal ng Diyos kapag sila ay gumagawa nang mali. Hindi mo dapat tinuturuan ang iyong mga anak na kinamumuhian mo sila kapag sila ay gumagawa ng mali. Hindi magbabago ang iyong pagmamahal sa kanila dahil sa kanilang pagkakamali; kung tunay ang sitwasyong ito, maraming beses kang magbabago ng pagmamahal. Kung ang iyong anak ay nainis o nakagawa ng isang kasalanan, hindi mo siya itinataboy na parang hindi na siya bahagi ng iyong pamilya! Hindi! Siya pa rin ang iyong anak at mahal mo siya. Kung ang ilan ay nalihis mula sa Diyos, hindi ibig sabihin ay kinamumuhian Niya sila. Ang kasalanan, ang hindi pagpapakatino, at ang masamang puso ang kinamumuhian Niya. *Ngunit pinatunayan ng Diyos ang kanyang pag-ibig sa atin nang mamatay si Kristo para sa atin noong tayo'y makasalanan pa* (Roma 5:8). *Tayo'y umiibig sapagkat ang Diyos ang unang umibig sa atin* (1 Juan 4:19).

Ako'y naniniwala na ang dahilan kung bakit maraming tao ang nag-iisp na hindi sila minamahal ng Diyos ay dahil sinusukat nila ang Diyos sa kanilang maliit na pamantayan, mula sa kanilang sariling pananaw. Mahal natin ang ibang tao kung sa tingin natin ay karapat-dapat sila sa ating pagmamahal; kapag hindi na sila karapat-dapat, tinatalikuran natin sila. Hindi ganito ang pag-ibig ng Diyos. Malaki ang pagitan ng pag-ibig ng tao at ng pag-ibig ng Diyos.

Ang Efeso 3:18 ay nagpapaliwanag sa atin tungkol sa lawak, haba, lalim, at taas ng pagmamahal ng Diyos. Marami sa atin ang nag-iisip na alam natin ang tungkol sa pagmamahal ng Diyos, ngunit sa mga darating na siglo ay aaminin natin na kaunti pa lamang ang ating nalalaman tungkol dito. Si Columbus ang nakadiskubre ng America, pero ano nga ba ang nalalaman niya tungkol sa mga malalaking lawa, ilog, gubat, at sa lambak ng Mississippi? Namatay siya na hindi gaanong nalalaman ang kanyang natuklasan. Sa parehong paraan, marami sa atin ang nakadiskubre ng kaunting bahagi ng pagmamahal ng Diyos, ngunit may mga taas, lalim, at haba pa ito na hindi pa natin nalalaman. Ang pagmamahal na iyon ay parang isang karagatan, at dapat tayong lumubog at magbabad sa Kanya upang malaman talaga natin ang tungkol dito.

Isang Romano Katolikong arsobispo ng Paris ang itinapon sa kulungan at hinatulan na barilin. Sa sandaling panahon bago siya dalhin upang mamatay, nakita niya ang isang bintana sa kanyang selda na may hugis ng krus. Sa tuktok ng krus, isinulat niya ang taas, sa ibaba ay lalim, at sa dulo ng bawat bisig ay haba.

Siya ay nakaranas ng katotohanan na ipinapahayag sa awit ni Isaac Watts:

Nang aking saliksikin ang dakilang krus
    Kung saan namatay ang Prinsipe ng kaluwalhatian,
Ang aking kayamanan ay aking itinuturing na talo,
    at buhos ang paghamak sa lahat ng aking
        pagmamataas

Huwag nawa, Panginoon, na ako ay magyabang,
    Iligtas sa ngalan ng kamatayan ni Kristong
        aking Diyos!
Ang lahat ng mga bagay na walang kabuluhan na
    nakahalina sa akin,
    Aking inihahandog sa Kanyang dugo.

Mula sa Kanyang ulo, mga kamay, at mga paa,
    Kalungkutan at pag-ibig ay umaagos na
        magkakasama!
Kailanman ma'y hindi nagtagpo ang pag-ibig at
        kalungkutan nang gayon,
    O ang mga tinik na nabuo bilang isang dakilang
        korona?

Kahit na ang buong kaharian ng kalikasan ay akin,
Iyon ay isang napakaliit na kaloob;
Ang napakayamang pag-ibig na ito, na kahanga-
hanga at banal,
Ay hinihingi ang aking kaluluwa, ang aking
buhay, at ang lahat sa akin.

Kapag nais nating malaman ang pag-ibig ng Diyos, dapat tayong pumunta sa Kalbaryo. Maari ba nating tingnan ang eksena na iyon at sabihing hindi tayo minamahal ng Diyos? Ang krus ay nagpapakita ng pag-ibig ng Diyos. Walang pagmamahal na mas dakila pa sa itinuturo ng krus. Ano ang nag-udyok sa Diyos na ialay si Kristo at ano ang nag-udyok kay Kristo na mamatay kung hindi ang pag-ibig? *Ang pinakadakilang pag-ibig na maaaring taglayin ng sinuman para sa kanyang mga kaibigan ay ang ialay ang kanyang buhay para sa kanila* (Juan 15:13). Ibinigay ni Kristo ang Kanyang buhay para sa kanyang mga kaaway. Ibinigay ni Kristo ang Kanyang buhay para sa mga pumatay sa Kanya. Ibinigay ni Kristo ang Kanyang buhay para sa mga taong namumuhi sa Kanya. Ang espiritu ng krus, ang espiritu ng Kalbaryo, ay pag-ibig. Nang siya ay pinagta-tawanan at kinukutsa, ano ang kanyang sinabi? *Ama, patawarin mo sila sapagkat hindi nila nalalaman ang kanilang ginagawa* (Lucas 23:34). Iyan ang pag-ibig. Hindi Niya pinatikim sa kanila ang apoy mula sa lan-git; walang ibang nasa kanyang puso kundi pag-ibig.

Ang pag-ibig ng Panginoon
ay hindi nagbabago

Kung pag-aaralan mo ang Bibliya, makikita mo na ang pagmamahal ng Diyos ay hindi nagbabago. Marami sa mga taong minsan ay nagmahal sa iyo marahil ay naging malamig na sa kanilang pagmamahal at lumayo sa iyo: marahil nagbago ang kanilang pagmamahal patungo sa pagkamuhi. Hindi ganito ang Diyos. Nakasulat tungkol kay Hesus Kristo, nang Siya'y malapit nang ihiwalay sa Kanyang mga alagad at dalhin sa Kalbaryo, *Mahal Niya ang Kanyang mga tagasunod na nasa daigdig, at sila'y minahal Niya hanggang sa wakas* (Juan 13:1). Alam Niya na isa sa Kanyang mga alagad ang magtatraydor sa Kanya, nguni't mahal Niya si Judas. Alam Niya na may isa pang alagad na pasisinungalingan at magsasabi na hindi niya kilala si Hesus, nguni't mahal pa rin Niya si Pedro. Mayroong pagmamahal si Hesus para kay Pedro na dumurog sa puso ni Pedro at dinala siya pabalik sa pagsisisi sa mga paa ng kanyang Panginoon. Sa loob ng tatlong taon, si Hesus ay kasama ng mga alagad, nagtuturo sa kanila ng kanyang pagmamahal, hindi lamang sa Kanyang mga salita at buhay, kundi pati na rin sa Kanyang mga gawa. Sa gabi ng Kanyang pagkakanulo, kumuha Siya ng isang banga ng tubig, nagbalot ng isang tuwalya sa Kanyang katawan, nagpakababa sa posisyon ng isang lingkod, at hinugasan ang kanilang mga paa. Gusto Niya patunayan sa kanila ang Kanyang hindi nagbabagong pagmamahal.

Walang bahagi ng Banal na Kasulatan ang aking binabasa nang paulit-ulit kundi ang Juan 14, at wala akong ibang gusto kaysa rito. Hindi ako nagsasawa sa pagbabasa nito. Pakinggan natin ang sinabi ng ating Panginoon, habang nagbubuhos Siya ng Kanyang puso sa Kanyang mga alagad: *Sa araw na iyon ay malalaman ninyo na ako ay nasa Ama ko, Sa araw na iyon ay malalaman ninyong ako'y nasa Ama, at kayo nama'y nasa akin at ako'y nasa inyo. Ang tumatanggap sa mga utos ko at tumutupad sa mga ito ang siyang umiibig sa akin. Ang umiibig sa akin ay iibigin ng aking Ama;* (Juan 14:20-21). Isipin mo ang dakilang Diyos na lumikha ng langit at lupa ay nagmamahal sa iyo at sa akin! *Ang umiibig sa akin ay tumutupad ng aking salita; iibigin siya ng aking Ama, at kami'y pupunta at mananahan sa kanya* (Juan 14:23).

Sana ay maintindihan natin ang dakilang katotohanang ito - ang Ama at ang Anak ay lubos na nagmamahal sa atin at nagnanais na lumapit at manirahan sa atin. Hindi lamang para sa isang gabi, kundi para manirahan sa ating mga puso.

Mayroon pa tayong isang kamangha-manghang talata sa Juan 17:23:

Ako'y nasa kanila at ikaw ay nasa akin, upang lubusan silang maging isa. Dahil dito, malalaman ng sanlibutan na isinugo mo ako at sila'y minamahal mo, katulad ng pagmamahal mo sa akin. Ito ay isa sa mga pinakakahanga-hangang sinabi na nagmula sa bibig ni Hesus Kristo. Walang dahilan para hindi mahalin ng Ama si Kristo. Siya ay masunurin hanggang sa kamatayan. Hindi Niya nilabag kailanman ang kautusan ng Ama o lumayo man lamang ng isang buhok mula sa landas ng ganap na pagsunod. Iba ito sa atin, ngunit sa kabila ng lahat ng ating pagsuway at kamangmangan, sinasabi Niya na kung tayo ay nagtitiwala kay Kristo, mahal tayo ng Ama gaya ng pagmamahal Niya sa Anak. Kamangha-mangha at napakagandang pag-ibig! Na kaya ng Diyos na mahalin tayo gaya ng Kanyang pagmamahal sa Kanyang sariling Anak ay tila hindi kapani-paniwala, ngunit iyon ang itinuturo ni Hesus Kristo.

Mahirap paniwalaan bilang isang makasalanan ang hindi nagbabagong pag-ibig ng Diyos. Kapag ang isang tao ay lumayo sa Diyos, iniisip niya na hindi siya mahal ng Diyos. Kailangan nating malaman ang kaibahan ng kasalanan at ng makasalanan. Mahal ng Diyos ang makasalanan, ngunit kinamumuhian Niya ang kasalanan. Kinamumuhian ng Diyos ang kasalanan dahil ito ang sumisira ng buhay ng tao. Dahil mahal ng Diyos ang makasalanan, kaya kinamumuhian Niya ang kasalanan.

Ang Pagmamahal ng Diyos ay Hindi Nakabibigo.

Ang pagmamahal ng Diyos ay hindi lamang hindi nagbabago, kundi ito ay hindi ka rin bibiguin. *Sa Isaias 49:15-16, mababasa natin: "Malilimot kaya ng ina ang sarili niyang anak? Hindi kaya niya mahalin ang sanggol niyang iniluwal? Kung mayroon mang inang lumilimot sa kanyang anak, hindi ko kayo kakalimutan kahit sandali. Jerusalem, hinding-hindi kita malilimutan. Pangalan mo'y nakaukit sa aking mga palad.*

Ang pinakamalakas na pagmamahal ng tao na alam natin ay ang pagmamahal ng isang ina. Maraming bagay ang maghihiwalay sa isang tao sa kanyang asawa. Ang isang ama ay maaaring tumalikod sa kanyang anak. Ang magkapatid ay maaaring magiging magkaaway. Ang mga asawa ay maaaring mag-iwanan, ngunit ang pagmamahal ng isang ina ay nananatiling matatag sa lahat. Sa mabuting reputasyon o sa masamang reputasyon, sa harap ng pagkundena ng mundo, patuloy na nagmamahal ang isang ina at umaasa na ang kanyang anak ay babalik sa mabuting landas at magsisisi. Naaalala niya ang ngiti ng sanggol, ang masayang tawa ng kabataan, at ang mga pangako ng kabataan; hindi niya maiisip na hindi karapat-dapat ang kanyang anak. Hindi kayang pigilan ng kamatayan ang pagmamahal ng isang ina; ito ay mas malakas pa sa kamatayan.

Nakita mo na ba ang isang ina na nagbabantay sa kanyang may sakit na anak? Gaano siya ka handa na kunin at dalhin sa kanyang sariling katawan ang sakit ng kanyang anak kung ito ay magpapagaling sa kanyang anak! Linggo-linggo siyang magbabantay; hindi niya papayagang ibang tao ang mag-alaga sa kanyang maysakit na anak.

Ilang panahon na ang nakararaan ang kaibigan ko ay bumisita sa isang magandang bahay kung saan nakilala niya ang ilang mga kaibigan. Pagkatapos ay umalis na ngunit may naiwan sila, kaya bumalik siya upang kunin ito. Doon nakita niya ang may-ari ng bahay; isang mayamang babae, nakatayo sa likod ng isang mukhang palaboy na lalaki. Ito ay kanyang sariling anak. Tulad ng nabanggit sa kwento ng nawawalang anak, siya ay lumayo nang malayo, pero ang ina ay nagsabi, "Ito ang aking anak; mahal ko pa rin siya." Tingnan mo ang isang ina na may siyam o sampung anak, at kung mayroong isa na nalilihis ng landas, tila mas mahal niya pa ito kaysa sa iba.

Isang nangungunang ministro sa Estados Unidos ang nagkwento sa akin tungkol sa isang ama na masamang tao. Ginawa ng ina ang lahat upang hindi sundan ng kanyang anak ang kasalanan ng kanyang ama, ngunit mas malakas ang impluwensiya ng ama. Pinalulong niya ang kanyang anak sa lahat ng uri ng kasalanan hanggang sa naging isa itong pinakamasamang krimi-nal. Pumatay siya at nakatayo sa paglilitis. Sa buong paglilitis, nakaupo sa korte ang babaeng biyuda (dahil patay na ang ama). Kapag ang mga testigo ay nagpapa-totoo laban sa bata, tila mas nasasaktan ang ina kaysa sa anak. Nang siya ay nahatulan at maparusahan ng kamatayan, lahat ay naramdaman ang kahatulan bilang wasto at lahat ay nakuntento sa resulta, ngunit hindi nag-iba ang pagmamahal ng ina. Humingi siya ng kapa-tawaran, ngunit ito ay hindi pinagbigyan. Pagkatapos masintensyahan, hiniling niya na makuha ang katawan ng kanyang anak upang mailibing ito, ngunit ito ay tinanggihan. Ayon sa kaugalian, siya ay inilibing sa loob ng bilangguan. Hindi nagtagal pagkatapos nito, siya rin ay namatay, ngunit bago siya mamatay, nag-pahayag siya ng kagustuhan na mailibing sa tabi ng kanyang anak. Hindi siya nahihiya na tawagin bilang ina ng isang mamamatay-tao.

Kahit na ito ay nakasulat sa Bibliya, mayroon ding mga talata sa Bibliya na nagpapakita ng pagkamuhi ng Diyos sa mga makasalanan, tulad ng Mga Awit 5:5: Ang mga palalo'y di makakatagal sa iyong harapan, mga gumagawa ng kasamaa'y iyong kinasusuklaman., *at*

Mga Awit 7:11: Ang Diyos ay isang hukom na makata-rungan, at nagpaparusa sa masama sa bawat araw.

Mayroon ding isang kuwento tungkol sa isang dalaga sa Scotland na umalis sa kanyang tahanan at naging isang palaboy sa Glasgow. Hinanap siya ng kanyang ina saanman, ngunit hindi siya natagpuan. Sa huli, nagpakabit siya ng kanyang larawan sa mga pader ng mga kwarto sa Midnight Mission, kung saan naglalagi ang mga babaeng iniwan ng kanilang mga minamahal. Maraming babae ang nagbigay lamang ng isang sulyap sa larawan, ngunit isang batang babae ang tumigil at nakatitig dito nang matagal. Nakilala ng dalaga ang mukha ng kanyang ina na kanyang minamahal na tila nakatitig sa kanya sa kanyang pagkabata. Hindi niya nakalimutan o ibinaon ang kanyang anak sa kasalanan, kaya hindi nag-atubiling ipakabit ang kanyang larawan sa pader. Nang tila magbukas ang bibig ng kanyang ina sa larawan at sabihing "Umuwi ka; pinapatawad na kita at mahal pa rin kita", nanginginig na lumuhod ang dalaga at hindi napigilan ang kanyang damdamin. Siya ay isang anak na nawawala. Ang pagkakita sa mukha ng kanyang ina ay ang dumurog sa kanyang puso. Siya ay naging totoong mapagpakumbaba sa kanyang kasalanan, at sa pusong puno ng kalungkutan at kahihiyan, siya ay bumalik sa kanyang pamilyang iniwan, at ang ina at anak ay muling nagsama-sama.

Subalit hayaan ninyong sabihin ko sa inyo na walang pagmamahal ng isang ina ang kayang ikumpara sa pagmamahal ng Diyos; hindi ito katumbas ng taas o lalim ng pagmamahal ng Diyos. Wala sa mundong ito ang isang inang nagmahal sa kanyang anak tulad ng pagmamahal ng Diyos sa iyo at sa akin. Isipin ninyo ang pagmamahal na mayroon ang Diyos nang Siya ay mag-alay ng Kanyang Anak upang mamatay para sa mundo. Noon, mas iniisip ko na mas mahalaga si Kristo kaysa sa Ama. Sa anumang kadahilanan, iniisip ko na ang Diyos ay isang malupit na hukom at si Kristo ay sumuong sa galit ng Diyos. Ngunit matapos akong maging isang ama at magkaroon ng isang anak na lalaki, noong tumingin ako sa aking anak, naisip ko ang Ama na nag-alay ng Kanyang Anak upang mamatay, ay tila mas nangangailangan ng pagmamahal ang Ama na nagbigay ng Kanyang Anak kaysa sa pagkamatay ng Anak.

Oh, ang pag-ibig na mayroon ang Diyos sa sanlibutan upang ibigay ang kanyang Anak upang mamatay para sa iyo! *Sapagkat gayon na lamang ang pag-ibig ng Diyos sa sangkatauhan, kaya't ibinigay niya ang kanyang kaisa-isang Anak, upang ang sinumang sumampalataya sa kanya ay hindi mapahamak, kundi magkaroon ng buhay na walang hanggan* (Juan 3:16). Hindi pa ako nangangaral gamit ang tekstong ito. Madalas kong naiisip na subukan, pero napakataas na hindi ko kayang abutin. Inilalahad ko lang ito at nagpapatuloy sa aking pangangaral. Sino ang makapagsasabi ng lalim ng salitang *"Sapagkat gayon na lamang ang pag-ibig ng Diyos sa sangkatauhan?"* Hindi natin kayang malaman ang kabuuan ng kanyang pagmamahal. Nanalangin si Pablo na malaman ang taas, lalim, haba, at lawak ng pag-ibig ng Diyos, ngunit hindi niya ito nasumpungan. *Ang pag-ibig ni Kristo na hindi kayang abutin ng pag-iisip* (Efeso 3:19).

Walang nagpapakita sa atin ng pag-ibig ng Diyos kundi ang krus ni Kristo. Halina't sumama sa akin sa Galgota at tingnan ang Anak ng Diyos habang nakapako sa krus. Naririnig mo ba ang mapanakit na sigaw mula sa kanyang mga labi, "Ama, patawarin mo sila dahil hindi nila alam ang kanilang ginagawa"? At sabihin na hindi ka Niya mahal? *Ang pinakadakilang pag-ibig na maaaring taglayin ng sinuman para sa kanyang mga kaibigan ay ang ialay ang kanyang buhay para sa kanila* (Juan 15:13). Ngunit ibinigay ni Hesus ang Kanyang buhay para sa Kanyang mga kaaway.

Isang pang kaisipan ay ito: Mahal na mahal tayo ng Diyos mula pa sa una, bago pa man tayo magkaroon ng kahit anong pag-iisip tungkol sa Kanya. Ang hindi pagmamahal ng Diyos sa atin kung hindi natin Siya mahal, ay hindi makikita sa Banal na Kasulatan. Sa 1 Juan 4:10, nakasulat: *Ito ang pag-ibig: hindi sa inibig natin ang Diyos, kundi tayo ang inibig niya at isinugo niya ang kanyang Anak upang maging handog para mapatawad ang ating mga kasalanan.* Mahal na mahal na tayo ng Diyos bago pa man natin maisip na mahalin Siya. Mahal mo ang iyong mga anak bago pa man nila malaman ang tungkol sa iyong pagmamahal. At gayundin, bago pa man natin maisip ang tungkol sa Diyos, tayo ay nasa Kanyang mga iniisip na.

Ano ang nagdala sa nawawalang anak pauwi sa kanyang tahanan? Ito ay ang pag-iisip na mahal pa rin siya ng kanyang ama. Isipin mo, kung mayroong balita na nakarating sa kanya na itinapon na siya at hindi na siya mahal ng kanyang ama; babalik pa ba siya? Hindi! Ngunit ang pag-iisip na mahal pa rin siya ng kanyang ama ay nagpabago sa kanya kaya't siya ay bumangon at bumalik sa kanyang tahanan.

Sa mga mambabasa, dapat tayong bumalik sa Ama dahil sa pag-ibig Niya. Ang kasalanan ni Adan ang nagpakita ng pagmamahal ng Diyos. Nang mahulog si Adan, bumaba ang Diyos at pinangaralan sa awa si Adan. Kung may nawawala, hindi ito dahil hindi siya mahal ng Diyos kundi dahil sa kanyang pagtutol sa pag-ibig ng Diyos.

Ano ang magpapaganda sa langit? Ang mga perlas na tarangkahan ba o ang mga ginto na kalye? Hindi. Ang langit ay magiging kaakit-akit dahil doon natin Siya makikita nang lubos tayong minahal nang magbigay ng Kanyang bugtong na Anak upang mamatay para sa atin. Ano ang nagpapaganda sa bahay? Ang magandang mga kagamitan at magarbong mga kwarto ba? Hindi. Ang ilang mga bahay na may mga ganito ay parang mga libingan. May isang ina sa Brooklyn na mamamatay na, at kailangan nang ilayo ang kanyang anak dahil hindi pa nito maintindihan ang kalagayan ng kanyang ina, at ayaw niyang iwanan ang kanyang ina nang mag-isa. Tuwing gabi, umiiyak ang bata hanggang makatulog sa bahay ng kapitbahay dahil gusto na niyang bumalik sa bahay ng kanyang ina, ngunit lalong lumalala ang kalagayan ng kanyang ina kaya hindi na nila maaaring dalhin ang bata sa bahay. Sa huli, namatay ang ina. Matapos ang libing, tumakbo ang bata sa isang kwarto habang umiiyak, "Mama! Mama!" at nagpunta siya sa ibang kwarto at patuloy na sumisigaw. Sa buong bahay siya naghanap hanggang sa hindi na nakita ang mahal niyang ina, kaya humingi siya ng tulong sa kapitbahay para maglagi muna sa bahay nito. Kaya ang magpapaganda sa langit ay ang ideya na makikita natin si Kristo Hesus, na lubos tayong minahal at nag-alay ng kanyang sarili para sa atin.

Kung tatanungin mo ako kung bakit tayo minamahal ng Diyos, hindi ko masasabi. Siguro dahil Siya ay tunay na Ama. Ang pagmamahal ay nasa kanyang kalikasan, tulad ng pagliwanag ng araw. Gusto Niyang ibahagi ang pagmamahal na iyon sa iyo. Huwag hayaang ang hindi paniniwala ang humadlang sa iyo sa Kanya. Huwag isipin na dahil ikaw ay makasalanan, hindi ka minamahal o hindi ka kakalingain. Mahal ka Niya! Gusto Niya na iligtas ka at pagpalain.

Sapagkat noong tayo'y mahihina pa, namatay si Kristo sa takdang panahon para sa mga makasalanan (Roma 5:6). Hindi pa ba sapat ito upang kumbinsihin ka na mahal ka Niya? Hindi Niya isinuko ang buhay Niya para sa iyo kung hindi ka Niya minamahal. Ang iyong puso ba ay napakatigas na kayang kalabanin ang Kanyang pagmamahal at ito'y tanggihan at kamuhian? Maaari mong gawin ito, ngunit ito ay magbubunga ng peligro para sa iyo.

Marahil mayroong mga taong nagsasabi sa kanilang sarili, "Oo, naniniwala kami na mahal tayo ng Diyos kung mahal din natin Siya; naniniwala kami na mahal ng Diyos ang mga malinis at banal." Pero sinasabi ko sa iyo, kaibigan, hindi lamang ang mga malinis at banal ang mahal ng Diyos, kundi mahal rin Niya tayo kahit na tayo ay mga makasalanan pa. *Ngunit pinatunayan ng Diyos ang kanyang pag-ibig sa atin nang mamatay si Kristo para sa atin noong tayo'y makasalanan pa* (Roma 5:8). Pinadala ng Diyos si Kristo upang mamatay para sa mga kasalanan ng mundo. Kung nabibilang ka sa mundo, maaari kang magkaroon ng bahagi sa pag-ibig na ipinakita sa krus ni Kristo.

Ang Pahayag 1:5 ay may malaking kahulugan sa akin: *Iniibig Niya tayo, at sa pamamagitan ng Kanyang dugo ay pinalaya Niya tayo sa ating mga kasalanan.* Maaaring isipin na bago tayo mahalin ng Diyos, kailangan muna Niya tayong hugasan. Ngunit hindi, una Niya tayong minahal. Walong taon na ang nakalilipas, ang buong bansa ay sobrang nananabik sa nangyari kay Charlie Ross, isang apat na taong gulang na bata na kinidnap. Tinanong nang dalawang lalaking nakakarwahe ang dalawang bata kung gusto nila ng kendi. Pagkatapos ay dinala nila ang mas bata, at iniwan ang mas matanda. Sa loob ng maraming taon ay naghahanap ang mga tao sa bawat estado at teritoryo. Nagpunta sila sa Britanya, Pransiya, at Alemanya subalit hindi nila makita ang bata. Hanggang ngayon, nananatiling may pag-asa ang ina na makita ang kanyang nawawalang anak na si Charlie. Hindi ko na maalala kung kailan sobrang nabalisa ang buong bansa maliban sa pagpatay kay Presidente Garfield.

Mangyaring ang ina ni Charlie Ross ay nakaupo sa entablado sa isang pagtitipon, at habang nagsasalita ang tagapangaral, nangyari na tumingin siya sa mga manonood at nakita ang kanyang nawawalang anak. Isipin na nating siya ay mahirap, marumi at punit ang mga damit, walang sapatos at walang suot na panlamig; anong gagawin niya? Maghihintay ba siya na maligo at magbihis nang maayos bago niya kilalanin? Hindi, agad siyang bababa sa kanyang kinalalagyan at tatakbo papunta sa kanyang anak at yayakapin ito. Pagkatapos, saka pa lang niya ito paliliguan at bibihisan. Ganito rin ang ginagawa ng Diyos. Mahal Niya tayo at nilinis Niya tayo. Maari nating sabihin, "Kung mahal ako ng Diyos, bakit hindi Niya ako ginagawang mabuti?" Gusto ng Diyos na magkaroon Siya ng mga anak na lalaki at anak na babae sa langit; hindi Niya nais na magkaroon ng mga makina o alipin. Maaring palambutin ng Diyos ang ating matitigas na mga puso, pero gusto Niya tayong hilahin papalapit sa Kanya sa pamamagitan ng pag-ibig.

Gusto Niya na maupo tayo kasama Siya sa hapunan ng Kordero. Gusto Niya na hugasan ka at gawing mas puti pa sa niyebe. Gusto Niya na maglakad ka kasama Siya sa kristal na daan sa langit - ang malayo at masayang mundo. Gusto Niya na kupkupin ka sa Kanyang pamilya at gawing anak ng langit. Ilalagay mo ba ang Kanyang pag-ibig sa ilalim ng iyong mga paa, o ibibigay mo na lang ang iyong buong sarili sa Kanya?

Noong panahon ng matinding Digmaang Sibil, isang ina ang nakatanggap ng balita na nasugatan ang kanyang anak sa labanan sa ilang. Agad siyang sumakay sa unang tren upang puntahan ang kanyang anak, kahit na mayroong utos mula sa Departamento ng Giyera na hindi na papayagan ang mga babae sa loob ng mga linya. Ngunit hindi alintana ng pagmamahal ng isang ina ang mga utos, kaya nagawa niyang makapasok sa pamamagitan ng mga luha at pakiusap. Sa wakas, natagpuan niya ang ospital kung saan naroroon ang kanyang anak. Pagkatapos ay lumapit siya sa doktor at sinabi, "Papayagan mo ba akong pumunta sa silid t alagaan ang aking anak?"

Sinabi ng doktor, "Kakatapos ko lang patulugin ang iyong anak. Nasa napakadelikadong kalagayan siya, at natatakot ako na kung gigisingin mo siya, baka mamatay siya sa sobrang kasiyahan. Mas mabuti siguro na maghintay ka muna sa labas hanggang sa sabihin ko sa kanya na nandito ka na. Hayaan mong unti-unti kong munang ibalita sa kanya ang tungkol sa iyong pagdating."

Tiningnan ng ina ang mukha ng doktor at sinabi, "Doktor, baka hindi na magising ang aking anak, at hindi ko na siya makita pang buhay! Pabayaan mo akong umupo sa tabi niya; hindi ko siya kakausapin."

"Kung hindi mo siya kakausapin, pwede ka nang pumasok," sabi ng doktor.

Dahan-dahang lumapit ang ina sa katre at tiningnan ang mukha ng kanyang anak. Gaano niya kahangad na makita siya! Ang kanyang mga mata ay parang nagpipiyesta habang tinititigan ang kanyang anak. Nang makalapit na siya, hindi niya napigilan ang kanyang kamay na haplusin ang noo ng kanyang anak. Nang maramdaman ng kanyang anak ang haplos ng kamay, kahit hindi pa niya binubuksan ang kanyang mga mata, sumigaw siya, "Ina, dumating ka na!" Alam niya ang haplos ng pagmamahal ng kamay na iyon. May pag-ibig at pakikiramay sa kanyang haplos.

Ah, makasalanan, kung maramdaman mo ang mahigpit na yakap ni Hesus, malalaman mo ito; puno ito ng pagmamahal at pag-aaruga. Maaaring hindi maganda ang pakikitungo sa iyo ng mundo, pero hindi magbabago ang pagmamahal ni Kristo sa iyo. Hindi ka magkakaroon ng mas mahusay na kaibigan sa mundong ito kaysa sa Kanya. Ang kailangan mo ay lumapit sa Kanya ngayon. Pahintulutan mong ang Kanyang bisig ay magmahal at mag-akay sa iyo; hayaan mong ang Kanyang mabuting kamay ay magbigay ng kalinga sa iyo. Mahigpit kang hahawakan ni Hesus at pangangalagaan ka Niya habang pinupuno ang iyong puso ng Kanyang pagmamahal at pag-aaruga.

Naiisip ko na may ilan sa inyo ang nagtatanong, "Paano ako dapat lumapit sa Kanya?" Ito ay parang pagpunta mo sa iyong ina. Kung nagkasala ka sa kanya at nagkamali, lumapit ka sa kanya at sabihin, "Ina, nais kong humingi ng tawad." Gawin mo rin ito kay Kristo. Lumapit ka sa Kanya ngayon at sabihin sa Kanya na hindi mo Siya minahal, hindi mo Siya tinrato nang tama: magsisi ka sa iyong mga kasalanan at tingnan mo kung gaano Siya kabilis na magpapala sa iyo.

Naalala ko ang isa pang pangyayari - tungkol sa isang batang lalaki na nasintensyahan ng "court-martial" at pinatawan ng parusang kamatayan. Nadurog ang puso ng ama at ina nang marinig nila ang balita. Sa bahay na iyon ay may isang batang babae. Nabasa niya ang buhay ni Abraham Lincoln at sinabi niya, "Kung alam lamang ni Abraham Lincoln kung gaano kamahal ng aking ama at ina ang kanilang anak, hindi niya papayagang barilin ang aking kapatid." Gusto niya na pumunta ang kanyang ama sa Washington para ipaglaban ang kanyang kapatid. Ngunit sinabi ng ama, "Hindi, wala itong silbi; kailangang tanggapin natin ang batas. Tinanggihan nilang palayain ang isa o dalawang nasintensyahan ng "court-martial", at may isang utos na lumabas na hindi na makikialam muli ang pangulo; kung nasintensyahan ka na ng "court-martial", kailangan mong tanggapin ang kahihinatnan." Hindi nagkaroon ng pananampalataya ang ama at ina na maaaring palayain ang kanilang anak.

Ngunit ang maliit na batang babae ay matatag sa pag-asa; sumakay siya sa tren patungong Washington. Nang makarating siya sa "White House", hindi siya pinapasok ng mga sundalo, ngunit ibinahagi niya ang kanyang nakalulungkot na kuwento at pinayagan siyang pumasok. Nang makarating siya sa silid ng sekretarya kung saan naroon ang pribadong opisina ng pangulo, hindi rin siya pinapasok ng sekretarya. Ngunit ibinahagi ng maliit na batang babae ang kanyang kuwento, at naantig nito ang puso ng sekretarya kaya pinayagan siyang pumasok. Pagpasok niya sa silid ni Abraham Lincoln, naroon ang mga senador ng Estados Unidos, mga heneral, mga gobernador, at mga lider ng politika na nag-uusap tungkol sa mahalagang usapin na may kaugnayan sa digmaan, ngunit nakita ni Pangulong Lincoln ang bata sa kanyang pinto. Gusto niya malaman kung ano ang kailangan nito, at lumapit ang maliit na batang babae at ibinahagi ang kanyang kuwento sa kanyang sariling wika. Siya ay isang ama, at ang malalaking luha ay umagos sa pisngi ni Abraham Lincoln. Sumulat siya ng isang sulat at ipinadala ito sa hukbo na nag-uutos na agad na ipadala ang batang lalaki sa Washington. Nang dumating ito, pinatawad siya ng pangulo, at sinamahan siya ng maliit na batang babae pauwi upang magbigay ng ligaya sa puso ng ama at ina.

Gusto mo bang malaman kung paano lumapit kay Kristo? Lumapit ka tulad ng paglapit ng batang babae kay Abraham Lincoln. Marahil ay may madilim kang kwento na kailangan mong sabihin. Ibulong mo lahat;

huwag magtago ng anuman. Kung nagpakita ng habag si Abraham Lincoln sa batang babae at pinakinggan ang kanyang kahilingan at sinagot ito, hindi mo ba naisip na ang Panginoong Hesus ay makikinig din sa iyong panalangin? Hindi mo ba naisip na si Abraham Lincoln, o sinuman na nakatira sa mundong ito ay hindi kasing mahabagin katulad ni Kristo? Hindi! Siya ay maawaing magbigay kahit walang ibang makapagbibigay. Siya ay magkakaroon ng awa kung wala nang ibang makapagbibigay. Kung lalapit ka sa Kanya at magpapakumbaba sa Kanyang harapan, at aaminin mo ang iyong kasalanan at pangangailangan, ililigtas ka Niya.

Ilang taon na ang nakalilipas, may isang lalaki na umalis ng Inglatera at pumunta sa Amerika. Siya ay isang Ingles, ngunit naging natural na Amerikanong mamamayan siya. Pagkaraan ng ilang taon, naramdaman niya ang kawalang-kasiyahan kaya naman nagpunta siya sa Cuba. Pagkatapos ng ilang panahon, nagkaroon ng digmaan sa Cuba. Noong 1867, naaresto ng pamahalaang Espanyol ang lalaki dahil sa akusasyong isa siyang espiya. Siya ay dinala sa hukuman at napatunayang nagkasala, at ipinag-utos na barilin siya. Ang buong paglilitis ay isinagawa sa wikang Espanyol, at hindi naunawaan ng kawawang lalaki kung ano ang nangyayari.

Noong sinabi sa kanya ang hatol na siya ay napatunayang nagkasala at dapat barilin, nagpadala siya sa embahada ng Amerikano at Ingles at ipinaliwanag ang kanyang kaso, pinatunayan ang kanyang pagiging inosente at humihiling ng proteksyon. Iniimbestigahan ng mga taga embahada ang kaso at natuklasang walang kasalanan ang taong ito na hinatulan ng mga opisyal ng Espanya. Pumunta sila sa Heneral ng Espanya at sinabing, "Tingnan ninyo ito, ang taong ito na hinatu-lan ninyong mamatay ay walang kasalanan; hindi siya nagkasala." Ngunit sinabi ng Heneral ng Espanya, "Siya ay nahatulan ng aming batas. Siya ay napatunayang nagkasala, at dapat siyang mamatay." Walang kable na maaaring magpadala ng telegrama kaya hindi nakakon-sulta ang mga taong ito sa kanilang mga pamahalaan.

Sa umaga ng araw kung kailan ipatutupad na ang hatol sa lalaking napagbintangan bilang isang espiya, dinala siya sa isang kariton na nakasakay sa kanyang kabaong, at dinala siya sa lugar kung saan siya papatayin. Isang libingan ang binungkal. Inilabas ang kabaong mula sa kariton, inilagay ang lalaking biktima sa kabaong, at inilagay ang itim na tela sa kanyang mukha. Naghintay ang mga sundalong Espanyol ng utos na bumaril, ngunit bigla namang dumating ang mga konsul ng Amerika at Inglatera. Nagmamadali ang konsul ng Inglatera, kinuha ang "Union Jack", ang bandila ng Britanya, at inilagay ito sa lalaki. Samantala, ibinigay naman ng konsul ng Amerika ang "Star-Spangled Banner", ang bandila ng Amerika. Pagkatapos, lumapit sila sa mga opisyal ng Espanya at sinabi, "Bumaril kayo sa mga bandilang ito kung gugustuhin ninyo." At hindi nila binaril ang mga bandila. May dalawang magagaling na pamahalaan sa likod ng mga bandila na iyon. Iyon ang sikreto ng tagumpay nila.

Nang ako ay kanyang dalhin sa sagana niyang hapag, sa piling niya'y nadama ko ang pag-ibig niyang tapat... Ang kaliwa niyang bisig ang siya kong inuunan, habang ako'y hinahaplos ng kanan niyang kamay (Awit ni

Solomon 2:4, 6). Salamat sa Diyos, pwede tayong mag-ing kabahagi ng bandila ngayon kung nais natin. Kahit sino'ng makasalanan ay pwedeng magpasakop sa ilalim ng bandilang iyon ngayon. Ang kanyang bandila ng pag-ibig ay nasa ibabaw natin. Mapagpalang ebanghe-lyo; mapagpala at napakagandang balita. *At hindi tayo binibigo ng pag-asang ito sapagkat ang pag-ibig ng Diyos ay ibinuhos na sa ating mga puso sa pamamagitan ng Espiritu Santo na ipinagkaloob sa atin* (Roma 5:5). Ito ay magpapalayas sa kadiliman. Ito ay magpapalayas sa kalungkutan. Ito ay magpapalayas sa kasalanan, at ang kapayapaan at kagalakan ay magiging iyo.

Ang Daan patungo sa Kaharian

*Malibang ipanganak na muli ang isang
tao, hindi niya makikita ang paghahari ng
Diyos.* (Juan 3:3)

Ang talatang ito marahil ang pinaka-karaniwang bahagi ng Salita ng Diyos na alam natin. Kung magtatanong ako sa sinumang tagapakinig kung naniniwala ba sila na itinuro ni Hesus Kristo tungkol sa doktrina ng bagong kapanganakan, siyam sa sampu sa kanila ang sasagot ng "oo, naniniwala ako."

Ang mga salita sa tekstong ito ay naglalaman ng isa sa mga pinakamahalagang tanong na maaari nating harapin. Maaari tayong maniwala tungkol sa maraming bagay, ngunit hindi tungkol dito. Ginagawa itong napakalinaw ni Kristo. Sinasabi Niya, *Malibang ang isang tao ay ipanganak muli, hindi makikita ng tao ang kaharian ng Diyos.* Ang doktrinang ito ng bagong kapanganakan ay ang pundasyon ng lahat ng ating pag-asa para sa mundong darating. Ito talaga ang mga unang aralin ng Kristiyanismo. Sa aking karanasan; kung ang isang tao ay hindi wasto ang nalalaman sa doktrinang ito, hindi rin wasto ang kanyang nalalaman sa bawat pangunahing doktrina sa Bibliya. Ang wastong pag-unawa sa paksa na ito ay makatutulong sa isang tao na malutas ang libu-libong paghihirap na kanyang matatagpuan sa Salita ng Diyos. Mga bagay na tila napakadilim at hindi maintindihan noon ay magiging napakalinaw.

Ang doktrina ng bagong kapanganakan ay nagpapabagsak sa lahat ng maling relihiyon - lahat ng maling pananaw tungkol sa Bibliya at tungkol sa Diyos. Isang kaibigan ko ang nagkuwento sa akin na sa isa sa kanyang mga pulong, pagkatapos nito, may isang lalaki na lumapit sa kanya na may mahabang listahan ng mga tanong na nakasulat para sagutin niya. Sinabi niya, "Kung masasagot mo nang mahusay ang mga katanungang ito, magpapasya na ako na maging isang Kristiyano."

"Hindi mo ba naisip," sabi ng kaibigan ko, "na mas mabuti sigurong lumapit ka muna kay Kristo? Pagkatapos ay mas magiging malinaw sa iyo ang mga katanungang ito." Napagtanto ng lalaki na marahil mas mabuti nga na gawin niya iyon. Pagkatapos niyang tumanggap kay Kristo, muli niyang tiningnan ang kanyang listahan ng mga tanong, ngunit para sa kanya, tila ba nasagot na ang lahat ng mga ito.

Pumunta si Nicodemus na magulo ang isipan at sinabi ni Kristo sa kanya, *Kailangan mong ipanganak muli.* Siya ay nakatanggap ng kakaibang pagtrato mula sa inaasahan niyang makukuha niya, ngunit sa tingin ko, iyon ang pinakamapalad na gabi sa buong buhay niya. Ang ipanganak muli ay ang pinakamakapangyarihang biyaya na maaaring matanggap natin sa mundong ito.

Pansinin kung paano ito nakasaad sa Kasulatan. Maliban kung ipanganganak kang muli o ipanganganak sa Espirito. Mula sa maraming talata kung saan mababasa natin ang salitang *maliban kung,* tanging tatlo lamang ang sasabihin ko. *Malibang magsisi kayo't talikuran ang inyong mga kasalanan, mapapahamak din kayong tulad nila* (Lucas 13:3, 5). *Kapag hindi kayo nagbago at naging katulad ng mga bata, hinding-hindi kayo makakapasok sa kaharian ng langit (Mateo 18:3). Kung ang pagsunod ninyo sa kalooban ng Diyos ay tulad lamang ng pagsunod ng mga tagapagturo ng Kautusan at mga Pariseo, hinding-hindi kayo makakapasok sa kaharian ng langit* (Mateo 5:20). Lahat sila ay talagang nangangahulugan ng pareho.

Nagpapasalamat ako na nagsalita ang ating Panginoon tungkol sa bagong kapanganakan sa tagapamahala ng mga Hudyo, sa doktor ng batas, sa halip na sa babae sa balon ng Samaria, o kay Mateo na maniningil ng buwis, o kay Zacchaeus. Kung itinago niya ang kanyang pagtuturo tungkol sa mahalagang bagay na ito para lamang sa mga tulad nina Zacchaeus, Matthew at mga tulad nila, ang mga tao ay maaaring magpahayag ng ganito, "Oo, ang mga maniningil ng buwis at mga babaeng nakikipagtalik sa labas ng kasal ay kailangang magbago, ngunit ako ay isang taong matuwid. Hindi ko kailangan magbago." Sa aking Palagay, si Nicodemus ay isa sa pinakamagaling na halimbawa ng mga tao sa Jerusalem; wala siyang nakatalang kasalanan sa kasaysayan.

Sa aking palagay, hindi na kailangang patunayan pa sa atin na kailangan nating ipanganak muli bago tayo maging handa para sa langit. Siguro wala ni isang taong tapat na sasabihin na handa na siya para sa kaharian ng Diyos hangga't hindi siya nababago ng Banal na Espiritu. Tinuturuan tayo ng Bibliya na ang tao sa likas na kalagayan ay nawawala at may sala, at ito ay kinumpirma ng ating karanasan. Alam din natin na ang pinakamabuti at banal na tao ay madaling magkakamali kung siya ay lalayo sa Diyos.

Ngayon, hayaan ninyong sabihin ko kung ano ang hindi bagong kapanganakan. Ito ay hindi ang pagpunta sa simbahan. Madalas kapag nakakikita ako ng mga tao, tinatanong ko sila kung sila ba ay Kristiyano. "Oo, siyempre naman ako ay Kristiyano; pumupunta ako sa simbahan tuwing Linggo." Ah, pero ito ay hindi ang bagong kapanganakan.

May iba namang nagsasabi, "Sinusubukan kong gawin ang tama - hindi ba ako Kristiyano? Hindi ba iyon ang bagong kapanganakan?" Hindi. Ano ba ang koneksyon nito sa bagong kapanganakan? May isa pa - ang mga nagbabago ng gawi at iniisip na nabago na sila. Hindi rin, ang pagbuo ng bagong resolusyon ay hindi muling kapanganakan

Hindi rin makapagbibigay sa iyo ng anumang kabutihan ang pagiging binyagan. Ngunit naririnig mo ang mga tao na nagsasabing, "Bakit, ako bininyagan, at ako ay ipinanganak na muli noong ako ay bininyagan." Naniniwala sila na dahil sila ay bininyagan sa simbahan, sila ay bininyagan na rin sa kaharian ng Diyos. Sinasabi ko sa iyo na ito ay lubos na imposible. Maaari kang mabinyagan sa simbahan ngunit hindi mabinyagan bilang Anak ng Diyos. Ang binyag ay naaayon sa kanyang lugar. Hindi pumapayag ang Diyos na magsalita ako laban dito. Ngunit kung ilalagay mo iyon sa lugar ng pagbabago - sa lugar ng bagong kapanganakan - ito ay isang nakababagbag-damdaming pagkakamali. Hindi ka maaaring mabinyagan sa kaharian ng Diyos. Kung mayroong nagbabasa nito at isinasalalay ang kanyang pag-asa sa temang ito o ano pa man- sa anumang ibang pundasyon - ipinagdarasal ko na alisin ito ng Diyos.

May isa pang klase ng mga tao na nagsasabi, "Pumupunta ako sa Hapag ng Panginoon; ako ay regular na nakikisalo sa sakramento." Napakabiyaya ng ordinansa na ito! Sinabi ni Hesus na tuwing gagawin ito, aalalahanin mo ang kanyang kamatayan. Gayunman, ito ay hindi nangangahulugang ikaw ay ipinanganak muli; ito ay hindi nangangahulugang ikaw ay lumipat mula sa kamatayan tungo sa buhay. Sinabi ng Panginoong Hesus nang malinaw, at dapat maliwanag na walang pagkakamali tungkol dito, *Kung hindi ka ipinanganak muli, hindi mo makikita ang kaharian ng Diyos*. Ano ang kaugnayan ng sakramento sa bagay na iyan? Ano ang kaugnayan ng pagpunta sa simbahan sa muling kapanganakan?

May isa pang taong lumapit at nagsabing, "Lagi kong sinasambit ang aking mga panalangin." Gayunpaman, sinasabi ko pa rin na ito ay hindi pagkasilang sa Espiritu.

Napakalalim ng tanong na ito, at bawat mambabasa ay dapat magtanong sa kanyang sarili nang buong katapatan, "Ako ba ay ipinanganak na muli? Ako ba ay ipinanganak sa Espiritu? Ako ba ay nakalampas na mula sa kamatayan tungo sa buhay?"

Mayroong isang grupo ng mga tao na nagsasabing maganda ang mga espesyal na relihiyosong pagtitipon para sa ilang tao. Magiging maganda ito kung makapagdadala ka ng lasing, sugapa sa sugal, o iba pang masamang tao - magiging malaking tulong ito. Pero, "Hindi natin kailangan ng pagbabago," sabi nila. Kanino ibinigay ni Kristo ang mga salitang ito ng karunungan? Kay Nicodemus. Sino si Nicodemus? Siya ba ay lasing, sugapa sa sugal, o magnanakaw? Hindi! Walang duda na siya ay isa sa pinakamabuting tao sa Jerusalem. Siya ay isang marangal na pinuno. Siya ay kasapi ng Sanhedrin. Siya ay may mataas na posisyon. Siya ay isang marangal na tao. Siya ay isa sa pinakamatalinong tao. At ano ang sinabi ni Kristo sa kanya? *Kung hindi ka ipinanganak muli, hindi ka makakakita ng kaharian ng Diyos.*

Ngunit maaring may magsabi, "Ano ang dapat kong gawin? Hindi ko kayang lumikha ng buhay. Hindi ko rin kayang iligtas ang aking sarili." Tama ka, hindi mo talaga kayang gawin iyon at hindi rin namin sinasabing kaya mo. Sinasabi namin sa iyo na hindi magiging posible na mapabuti ang sinuman kung wala si Kristo, subalit iyon ang pinipilit ng mga tao. Sinusubukan nilang ayusin ang kanilang "lumang Adan" na pag-uugali. Ngunit kinakailangang maging isang bagong likha. Ang pagbabagong-loob ay isang bagong likha, at kung ito ay isang bagong likha, marahil ito ay gawa ng Diyos. Sa unang kabanata ng Genesis, wala pa ang mga tao. Wala pa roon ang sinuman kundi ang Diyos. Walang tao na kasama. Nang likhain ng Diyos ang mundo, Siya lamang ay nag-iisa. Nang iligtas ni Kristo ang mundo, Siya rin lamang ay nag-iisa.

Ang taong ipinanganak sa laman ay laman,
at ang ipinanganak sa Espiritu ay espiritu
(Juan 3:6).

Kaya bang baguhin ng isang Ethiopia ang kulay ng kanyang balat o maaalis kaya ng isang leopardo ang kanyang mga batik? Kapag iyan ay nangyari, matututo na rin kayong gumawa ng matuwid, kayo na walang ginagawa kundi pawang kasamaan. (Jeremias 13:23).

Katulad nito, hindi rin kayo maaring magpakabanal at magpakadalisay nang walang tulong ng Diyos. Hindi rin mas madali para sa inyo na gawin ito kaysa sa isang tao na magbago ng kulay ng kanyang balat. Parang ang tao ay tumalon sa buwan para maglingkod sa Panginoon, *Ang taong ipinanganak sa laman ay laman, at ang ipinanganak sa Espiritu ay espiritu* (Juan 3:6).

Sinasabi ng Diyos sa kabanatang ito kung paano makapapasok sa Kanyang kaharian. Hindi natin ito makakamit sa pamamagitan ng ating mga gawa, kahit na ang kaligtasan ay tunay na masarap pagtrabahuhan kung posible. Lahat naman tayo ay sumasang-ayon dito. Kung may mga ilog at bundok sa daan, kalugudlugod naman para sa atin na languyin at akyatin ito. Walang alinlangan na mahalaga rin ang kaligtasan sa lahat ng pagsisikap na iyon, pero hindi natin ito makukuha sa pamamagitan ng ating mga gawa.

Ngunit ang hindi nananalig sa sariling mga gawa kundi sumasampalataya sa Diyos na nagpapawalang-sala sa makasalanan ay itinuring na matuwid ng Diyos dahil sa kanyang pananampalataya (Roma 4:5). Nagtatrabaho tayo dahil tayo ay iniligtas; hindi tayo nagtatrabaho para maligtas. Gumagawa tayo mula sa krus ngunit hindi patungo rito. Nakasulat na dapat ninyong lubusin ang inyong *sariling kaligtasan nang may lubusang paggalang at pag-ibig sa Diyos* (Filipos 2:12). Kailangan mo munang matamo ang iyong kaligtasan bago mo ito pagtrabahuhan.

Halimbawang sabihin ko sa aking anak, "Gusto ko na gastusin mo nang maingat ang isandaang dolyar."

"Sige," sasabihin niya, "bigyan mo ako ng isandaang dolyar, at mag-iingat ako sa paggastos nito."

Naaalala ko noong unang beses akong umalis sa bahay at pumunta sa Boston. Wala na akong pera, kaya tatlong beses ako pumupunta sa tanggapan ng liham sa isang araw. Alam ko na ang sulat mula sa aking pamilya ay dumadating lamang isang beses sa isang araw, pero nagbabakasakali ako na may sulat para sa akin kaya tatlong beses ako pumupunta. Nang makatanggap ako ng sulat mula sa aking nakababatang kapatid ay sobrang saya ko. Nalaman ko na may mga mandurukot sa Boston, kaya isa sa mga paalala niya sa sulat ay mag-ingat ako sa mga mandurukot. Ngunit kailangan ko munang magkaroon ng laman ang aking bulsa bago ito nakawin. Kailangan mo muna ng kaligtasan bago mo ito mapagtrabahuhan.

Nang sumigaw si Kristo sa Golgota ng "Tapos na!" Pinanindigan Niya ang Kanyang sinabi. Ang kailangan na lamang ng mga tao ay tanggapin ang ginawa ni Hesus Kristo. Walang pag-asa para sa lalaki o babae hangga't sinusubukan nilang maghanap ng kaligtasan sa pamamagitan ng kanilang mga sarili. Naiisip kong may mga tao na sasabihin, katulad ni Nicodemus marahil, "Ito ay isang napakamisteryosong bagay." Nakikita ko ang pagkunot ng noo ng mga Pariseyo sa kanilang pagtatanong, "Paano mangyayari ang mga bagay na ito?" Mukhang napakalayo sa kanilang pandinig ang mga salitang "Ipinanganak muli; ipinanganak sa Espiritu! Paano mangyayari ang mga bagay na ito?"

Maraming tao ang nagsasabing, "Kailangan mong ipaliwanag ito; kung hindi mo ito maipaliliwanag, huwag mo kaming hilingin na maniwala." Naiisip ko na maraming tao ang nagsasabi nito. Kapag hinihingi ninyo sa akin na ipaliwanag ko ito, buong loob kong sinasabi sa inyo na hindi ko ito magagawa. *Umiihip ang hangin kung saan nito nais at naririnig mo ang ugong nito, ngunit hindi mo alam kung saan ito nanggagaling at kung saan pupunta. Ganoon din ang bawat ipinanganak sa Espiritu."* (Juan 3:8). Hindi ko naiintindihan ang lahat tungkol sa hangin. Kung hinihiling mo sa akin na ipaliwanag ko ito, hindi ko magagawa. Maaring ito ay umihip papuntang Hilaga rito, at sa isandaang milya pa Timog. Maaaring pumunta ako sa ilang daang talampakang taas at makahanap ng umiihip na hangin sa kabilang direksyon kaysa sa nasa ibaba. Hinihingi mo sa akin na ipaliwanag ang mga ihip ng hangin, pero kung hindi ko ito maipaliliwanag at hindi ko ito naiintindihan, ako pa rin ay tumatayo at nagsasabing, "Walang ganitong bagay na kagaya ng hangin."

Naiisip ko na may mga munting batang babae ang nagsasabi, "Mas alam ko ang maraming mga bagay tungkol dito kaysa sa lalaking iyon; madalas kong naririnig at nadarama ang hangin na humahampas sa aking mukha." Maari siyang magtanong, "Hindi ba dahil sa hangin nawala ang aking payong sa aking mga kamay noong isang araw? Hindi ba't nakita ko nang tangayin nito ang sombrero ng isang lalaki sa kalye? Hindi ko ba nakita na hinihipan nito ang mga puno sa kagubatan at ang tumutubong mais sa bukid?"

Maari mong sabihin sa akin na walang ganitong bagay tulad ng hangin katulad ng isang taong ipinan-ganak sa Espiritu. Naramdaman ko na ang Espiritu ng Diyos ay gumagana sa aking puso, katulad ng tunay na pakiramdam ko nang haplusin ng hangin ang aking mukha. Hindi ko ito maipapaliwanag. Marami akong bagay na hindi maipapaliwanag, ngunit naniniwala ako sa mga ito. Hindi ko kayang ipaliwanag ang paglikha. Nakikita ko ang mundo, ngunit hindi ko masabi kung paano ginawa ng Diyos ang lahat ng ito mula sa wala. Pero halos lahat ay tatanggapin na mayroong isang manlilikha na kapangyarihan.

Mayroong napakaraming bagay na napakadakila na hindi ko maipaliliwanag at hindi ko maaring bigyan ng dahilan, ngunit naniniwala pa rin ako. Nakarinig ako ng isang "commercial traveler" na nagsabi na ang ministeryo at relihiyon ni Hesus Kristo ay tungkol sa paghahayag at hindi pagsisiyasat. *Ngunit dahil sa kagandahang-loob ng Diyos... Nang minabuti niyang ihayag sa akin ang kanyang Anak upang maipangaral ko siya sa mga Hentil, hindi ako sumangguni sa sinumang tao* (Galacia 1:15-16). May grupo ng mga kabataang lalaki, naglalakbay patungo sa probinsya kasama ang isa't isa, at nagpasya silang hindi maniwala sa anumang hindi nila maipapaliwanag. May nakarinig sa kanilang matanda, at sinabi niya sa kanila, "Narinig ko kayong nagsabi na hindi ninyo paniniwalaan ang anumang hindi ninyo maipapaliwanag."

"Oo," sabi nila, "ganoon nga."

"Eh," sabi niya, "habang papunta kami rito sa tren ngayon, napansin ko ang ilang gansa, tupa, baboy, at baka na kumakain ng damo. Maari n'yo bang sabihin sa akin kung paano naging balahibo, mga pakpak, mga balahibo, at mga lana ang parehong damong iyon? Naniniwala ba kayong totoo iyon?"

"Oo," sabi nila. "Hindi natin maiwasang maniwala na totoo iyon, kahit hindi natin lubos na maintindihan."

"Eh," sinabi ng matandng lalaki, "Hindi ko rin maiwasang maniwala kay Hesus Kristo."

At hindi ko maipagkakailang maniwala sa pagbabagong-loob ng tao, kapag nakakikita ako ng mga taong bumalik, naging matino, nabago ng Diyos at binigyan ng bagong puso ng Banal na Espiritu ng Diyos. Hindi ba't ilan sa mga pinakamalalang tao ay nagbago at naging bago sa pagbabagong-loob - sila ay nahugot mula sa hukay at ang kanilang mga paa ay inilagay sa ibabaw ng Bato at isang bagong awit ang nilagay sa kanilang mga bibig? Noon, ang kanilang mga dila ay nagsisinungaling at nagmumura, ngunit ngayon ay nagpupuri sa Diyos. ...*Wala na ang dati niyang pagkatao, sa halip, ito'y napalitan na ng bago* (2 Corinto 5:17). Hindi lamang sila naging matino, kundi sila ay nagbago ng kanilang kalikasan. Sila ay mga bagong nilalang kay Kristo Hesus.

Sa mga madilim na eskinita ng isa sa ating mga malalaking lungsod ay may isang mahirap na manginginom. Kung gusto mong makaramdam ng kalapitan sa impiyerno, pumunta ka sa bahay ng mahirap na lasinggero. Pumunta ka sa bahay ng mahirap at malungkot na lasinggero. Mayroon bang mas katulad pa ng impyerno sa lupa? Tingnan mo ang kawalan at kahirapan na namamayani roon. Pero pakinggan! May naririnig na yapak sa pinto, at tumatakbo at nagtatago ang mga bata. Naghihintay ang pasensyosang asawa upang harapin ang kanyang asawa. Siya ay naging isang pasanin para sa kanya. Maraming beses na siya ang naging biktima ng galit nito. Maraming beses na ang malakas na kanang kamay ay ibinabagsak nito sa kanyang kaawa-awang ulo. Ngayon ay naghihintay siya, nag-aasam na marinig ang mga pagmumura at pagdurusa dahil sa pagtrato ng kanyang asawa sa kanya. Pumasok ito at nagsabi sa kanya, "Nagpunta ako sa pulong at narinig ko roon na kung lilingon ako sa Diyos, ako ay maaring magbago. Naniniwala ako na kaya akong iligtas ng Diyos."

Pumunta ka ulit sa bahay na iyon pagkatapos ng ilang linggo. Anong pagbabago! Habang papalapit ka, maririnig mo ang isang taong kumakanta. Hindi ito kanta ng mga lasing, kundi ang tugtugin ng isang magandang lumang awit na "Rock of Ages." Hindi na takot ang mga bata sa ama, kundi lumalapit na sila sa kanyang tuhod. Malapit sa kanya ang kanyang asawa, na mayroong maligayang ngiti sa kanyang mukha. Hindi ba't larawan ito ng pagbabalik-loob? Marami akong maaaring pagdalhan sa inyo sa gayong mga tahanan na naging masaya dahil sa kapangyarihan ng ebanghelyo ni Kristo. Ang mga tao ay nangangailangan ng kapangyarihan na ito upang malampasan ang mga tukso at magpakatino - at ang kapangyarihang iyon ay matatagpuan sa Banal na Espiritu ng Diyos.

Ang tanging paraan upang makapasok sa kaharian ng Diyos ay sa pamamagitan ng pagkapanganak nang muli. Ang batas ng bansang ito ay nangangailangan na ang pangulo ay ipinanganak sa bansa. Kapag dumat-ing ang mga dayuhan sa ating baybayin, wala silang karapatang magreklamo laban sa batas na nagbabawal sa kanila na maging pangulo. Ngayon, hindi ba't may karapatan ang Diyos na maglagay ng batas na lahat ng mga magiging tagapagmana ng walang hanggang buhay ay kinakailangang ipanganak sa kanyang kaharian?

Ang isang taong hindi pa ipinanganak muli ay mas gugustuhin pa ang impiyerno kaysa sa langit. Kunin natin ang isang taong ang puso ay puno ng kasamaan at kadiliman at ilagay natin siya sa langit kasama ng mga banal at nagbago na; hindi niya gustong manatili roon. Kung nais nating maging masaya sa langit, dapat natin umpisahan ang paglikha ng isang langit dito sa lupa. Ang langit ay isang lugar na inihanda para sa mga taong handa na. Kung isang nagsusugal o huwad na propeta ng Diyos ang ilalayo natin sa mga kalye ng New York at ilalagay sa kristal na kalsada ng langit at sa ilalim ng anino ng punong buhay, sasabihin niya,

"Hindi ko gustong manatili rito." Kung dadalhin ang mga tao sa langit tulad ng kanilang kalagayan sa kalikasan, nang walang pagbabagong puso, magka-karoon ng panibagong paghihimagsik sa langit. Ang langit ay puno ng mga taong dalawang beses nang ipinanganak. Sa Juan 3:14-15, *nakasaad, At kung paanong itinaas ni Moises ang tansong ahas doon sa ilang, gayundin naman, kailangang itaas ang Anak ng Tao, upang ang sinumang sumampalataya sa kanya ay magkaroon ng buhay na walang hanggan. Sinuman!* Pagtuunan ninyo ang mga salitang iyan! Ipapaliwanag ko sa inyo na hindi pa nakaliligtas ang sinuman na hindi pa sumasampalataya, kung ano ang ginawa ng Diyos para sa inyo. Ginawa na Niya ang lahat ng kaya Niya para sa inyong kaligtasan. Hindi na kailangan pang maghintay sa Diyos na gumawa ng karagdagang bagay. Sa isang lugar, nagtanong pa Siya kung ano pa ang dapat Niyang gawin. *Ano pa ba ang aking naka-ligtaang gawin sa aking ubasan?* (Isaias 5:4). Pinadala Niya ang Kanyang mga propeta, at pinatay nila sila; pagkatapos ay pinadala Niya ang Kanyang minamahal na Anak, at pinatay nila Siya. Ngayon, pinadala Niya ang Banal na Espiritu upang patunayan sa atin ang ating kasalanan at ipakita kung paano tayo maliligtas.

Sa kabanatang ito, sinasabi sa atin kung paano tayo maliligtas: sa pamamagitan Niya na itinaas sa krus. Tulad ng pagtaas ni Moises ng tansong ahas sa ilang, kailangan din na itaas ang Anak ng Tao upang *sinu-mang sumampalataya sa Kanya ay hindi mawawala kundi magkakaroon ng buhay na walang hanggan.* May mga taong nagrereklamo at nagsasabi na hindi makatwiran na sila ay papanagutin sa kasalanan ng isang tao anim na libong taon na ang nakararaan. Kamakailan lang, mayroong isang lalaki na nakausap ko tungkol sa ganitong kawalang-katarungan, ayon sa kanya. Kung isang tao ay naniniwala na ito ang magig-ing sagot niya sa Diyos, sinasabi ko sa inyo, hindi ito makatutulong sa kanya. Kung ikaw ay nawawala, hindi dahil sa kasalanan ni Adan.

Pahintulutan ninyo akong magbigay ng halimbawa upang mas maunawaan ninyo ito. Halimbawa, naghi-hingalo ako dahil sa tuberculosis na namana ko mula sa aking ama o ina. Hindi ko naman ito nakuha dahil sa anumang kamalian ko o dahil sa pagkukulang sa aking kalusugan; ipagpalagay lamang na ito ay namana ko. Biglang may kaibigan akong dumaan; tinitingnan niya ako at sinabi, "Moody, ikaw ay may sakit. May tuberculosis ka."

Sumagot ako, "Alam ko po iyon. Hindi ko na kai-langan ng sinuman na sabihin sa akin iyon."

"Pero," sabi niya, "may lunas po diyan."

"Pero, sir, hindi ko po iyan pinaniniwalaan. Sinubukan ko na po ang mga nangungunang doktor sa bansang ito at sa Europa, at sinabi nila na wala na pong pag-asa."

"Pero kilala mo ako, Moody; kilala mo na ako ng ilang taon."

"Opo, sir."

"Sa palagay mo, magsisinungaling ba ako sa iyo?"

"Hindi po."

"Eh, sampung taon na ang nakalipas, kagaya mo rin akong may sakit. Sinukuan na ako ng mga doktor, pero ininom ko ang gamot na ito, at gumaling ako. Magaling na magaling na ako ngayon. Tingnan mo ako."

"Baka ibang kaso naman iyan."

"Oo, pwede nga. Pero totoo iyon. Gumaling ako dahil sa gamot na iyan. Subukan mo rin, gagaling ka. Kahit na ito ay ginastusan ko nang malaki, sa iyo ay walang bayad. Huwag mo po sana balewalain." "Medyo mahirap maniwala, sir. Hindi po kasi tugma sa aking paniniwala."

Narinig ito ng aking kaibigan, kaya umalis siya at bumalik kasama ang isa pang kaibigan na nagpatunay ng parehong bagay. Gayunpaman, hindi pa rin ako naniniwala, kaya umalis siya at bumalik kasama ang isa pa, at isa pa, at isa pa, at isa pa; at lahat sila ay nagpatunay ng parehong bagay. Sinabi nila na sila ay ganoon din kalubha ang karamdaman kagaya ko, ngunit sila ay uminom ng parehong gamot na inaalok sa akin, at gumaling sila. Pagkatapos, ibinigay sa akin ng kaibigan ko ang gamot. Kinuha ko ito at itinapon sa lupa. Hindi ako naniniwala sa kapangyarihan nito upang magligtas, at namatay ako. Ang dahilan, kaya ako namatay, ay dahil tinanggihan ko ang lunas.

Kaya kung ikaw ay mamamatay, hindi dahil kay Adan na nagkasala, kundi dahil sa iyong pagtanggi sa lunas na inalok upang iligtas ka, *ngunit inibig pa ng mga tao ang dilim kaysa liwanag, sapagkat masasama ang kanilang mga gawa* (Juan 3:19). *Gayundin naman, paano tayo makakaiwas sa parusa kung hindi natin pahahalagahan ang napakadakilang kaligtasang ito?* (Hebreo 2:3). Walang pag-asa para sa iyo kung iyong tatanggihan ang lunas. Hindi nakatutulong na tingnan ang sugat. Kung tayo ay nasa kampo ng mga Israelita at natuklaw ng mga ahas na nakapipinsala, walang magandang maidudulot sa atin ang pagtingin sa sugat. Ang pagtingin sa sugat ay hindi makapagliligtas sa sinuman. Ang dapat mong gawin ay tumingin sa lunas – tumingin kay Hesus na may kapangyarihang iligtas ka mula sa iyong kasalanan.

Tanawin mo ang kampo ng mga Israelita; tingnan ang eksena na nakalarawan sa Mga Bilang 21:6-9! Marami ang namamatay dahil sa pagsasawalang-bahala sa lunas na inaalok. Sa tuyong disyerto na iyon ay maraming maliit na libingan; maraming mga bata ang nakatuklaw ng mga mababangis na ahas. Ang mga ama at ina ay naglilibing ng kanilang mga anak. Doon sa isang dako, inililibing naman ang isang ina; isang mapagmahal na ina ay malapit nang ilibing sa lupa. Ang pamilya ay umiiyak at nagtitipon sa paligid ng minamahal na katawan. Naririnig mo ang malungkot na mga sigaw; nakikita mo ang mapapait na mga luha. Ang ama ay dadalhin na patungo sa kanyang huling hantungan. May mga panaghoy sa buong kampo. Ang mga luha ay umaagos para sa libu-libong pumanaw na; libu-libong tao pa ang namamatay at ang salot ay kumakalat mula sa isang dulo hanggang sa isa pang dulo ng kampo.

Nakikita ko sa isang tolda ang isang Israelitang ina na yumuyuko sa harap ng kanyang kaisa-isang anak na lalaki na nasa umpisa pa lamang ng buhay at papasok na sa pagiging binata. Hinahaplos niya ang pawis ng kamatayan na bumubuo sa noo ng kanyang anak. Biglang napatigil ang mga mata ng anak at naging malabo, dahil ang buhay ay agad na bumibitaw.

Ang puso ng ina ay durog at sugatan. Sa isang iglap ay narinig niya ang ingay sa kampo. Isang malakas na hiyaw ang umalingaw-ngaw. Ano ang ibig sabihin nito? Lumabas siya ng pintuan ng tolda. "Ano ang ingay sa kampo?" Tanong niya sa mga dumaraan.

May nagsabi, "Bakit, mabuting babae, hindi mo pa ba naririnig ang magandang balita na dumating sa kampo?" "Hindi," sabi ng babae. "Magandang balita! Ano ang balita iyon?" "Bakit hindi mo pa narinig? Mayroong lunas ang Diyos." "Ano? Para sa mga Israelita na natulaw ng ahas? Oh, sabihin mo sa akin kung ano ang lunas!" "Ang sabi ng Diyos kay Moises ay gumawa ng isang tansong ahas at ito ay ilagay sa isang poste sa gitna ng kampo. Ipinahayag ng Diyos na ang sinumang tumingin dito ay mabubuhay. Ang sigaw na naririnig mo ay sigaw ng mga tao kapag nakikita nilang itinataas ang ahas."

Ang ina ay bumalik sa loob ng tolda at sinabi, "Anak ko, may magandang balita akong sasabihin sa iyo. Hindi ka na kailangang mamatay! Anak ko, may magandang balita ako; maaari kang mabuhay!" Siya ay nagulat, napakahina na ng bata at hindi niya kayang lumakad patungo sa pintuan ng tolda. Ang kanyang ina ay sumuporta sa kanya at itinaas siya. "Tingnan mo roon; tingnan mo mismo sa ilalim ng bundok!"

Ngunit hindi nakakita ng anumang bagay ang bata. Sinabi niya, "Hindi ko nakikita ang kahit ano; ano iyon, Ina?"

Sinabi ng ina, "Patuloy ka lang tumingin, at makikita mo iyon." Sa wakas nakita na ng bata ang kumikinang na ahas, at gumaling siya.

Kaya ganoon din sa maraming batang nabago. May mga taong nagsasabi, "Oh, hindi kami naniniwala sa biglaang pagbabago." Gaano katagal bago gumaling ang bata? Gaano katagal bago gumaling ang mga Israelita sa kagat ng ahas? Isang tingin lang, at gumaling sila.

Ang batang Hebreo ay isang bagong nabawtismuhan. Maaring isipin ko ngayon na Nakita ko siya na nagpupuri sa Diyos kasama ang kanyang mga kasama. Nakita niya ang isa pang binatang kagaya niya na natuklaw din ng ahas, at tumatakbo siya upang sabihin sa kanya, "Hindi mo kailangang mamatay."

"Ah," ang sagot ng binatang iyon, "Hindi ako mabubuhay; hindi ito posible. Walang doktor sa Israel na makapagpapagaling sa akin." Hindi niya alam na hindi niya kailangan mamatay.

"Hindi mo ba narinig ang balita? Mayroong lunas ang Diyos," sabi ng kausap niya.

"Anong lunas iyon?"

"Sinabi ng Diyos kay Moses na magtaas ng isang tansong ahas sa isang poste. Sinabi rin ng Diyos na sino mang tumingin sa ahas ay hindi mamamatay."

Maaring iniisip ko lamang itong binata. Marahil siya ay isang taong matalino. Sinabi niya sa batang nabago, "Hindi mo talaga iniisip na maniniwala ako sa ganyan, diba? Kung hindi ako magagamot ng mga manggagamot sa Israel, paano mo naman naisip na magagamot ako ng isang lumang tansong ahas sa poste?"

"Bakit naman, ginoo, katulad mo rin po akong may sakit!"

"Talaga?"

"Opo."

"Nakagugulat naman ito," ang sabi ng binata. "Gusto ko sana malaman kung paano ito gumagana."

"Hindi ko kayang ipaliwanag. Ang alam ko lang ay tiningnan ko ang ahas at ako ay gumaling. 'Yun lang. Ang nanay ko ang nagkwento tungkol sa mga balita tungkol sa kampo at naniwala lang ako sa sinabi niya, kaya ngayon ay lubos na akong magaling"

"Hindi ko paniniwalaan na ikaw ay natuklaw nang malala tulad ng sa akin," ang sabi ng binatang lalaki. "Tingnan mo ito!" Habang itinataas niya ang kanyang manggas. "Makikita mo ang marka rito, nagpapakita ito kung saan ako nakagat. At sinasabi ko sa iyo, mas malala ito kaysa sa iyo."

"Kung nauunawaan ko lang kung paano ito gumagana, titingin ako at gagaling."

"Hindi mo kailangang maunawaan lahat; tingnan mo lang at mabubuhay ka."

"Pero, ginoo, pinapagawa mo sa akin ang isang hindi makatuwirang bagay. Kung sinabi ng Diyos na kailangang ikuskos sa sugat ang tanso, baka mayroong kung anong laman ang tanso na makapagpapagaling ng tuklaw. Binata, ipaliwanag mo sa akin kung paano ito gumagana."

Madalas kong makita ang mga tao na nagsasalita ng ganyan. Ngunit tinawag ng binatang lalaki ang ibang tao, dinala niya sa loob ng tolda at sinabi, "Ikaw na lang ang magsabi kung paano ka niligtas ng Panginoon," at ikinuwento niya ang parehong kwento; tinawag niya ang iba pa, at sila ay pare-parehong nagsabi ng ganun.

Sinabi ng binata na napaka-kakaiba ng bagay na iyon. "Kung sinabi ng Panginoon kay Moses na kumuha ng mga halaman o ugat, lutuin ito at uminom bilang gamot, mayroong kabuluhan doon. Pero napaka-labag sa kalooban ng tao na gawin ang pagtingin lamang sa ahas na ginto, kaya hindi ko magawa ito."

Sa wakas, dumating ang kanyang ina na nasa labas ng kampo at nagsabi, "Anak, mayroon akong pinaka-magandang balita para sa iyo. Nasa loob ako ng kampo at nakita ko ang daan-daang taong halos mamatay na, ngunit sila ay ganap nang gumaling."

Sinabi ng binata, "Gusto kong gumaling; masakit isipin na ako'y mamamatay. Gusto kong pumasok sa lupang ipinangako, at nakakatakot mamatay dito sa ilang; ngunit ang katotohanan ay hindi ko maintindihan ang lunas. Hindi ito nakapupukaw ng aking kaisipan. Hindi ko maipakikita na maaari akong gumaling sa isang iglap." At namatay ang binata dahil sa kawalan ng pananampalataya.

Nagbigay ng lunas ang Diyos para sa mga Israelita na natuklaw ng ahas: "Tumingin ka at mabuhay!" Mayroong walang hanggang buhay na maaring makuha para sa bawat mahirap na makasalanang tao. Tumingin ka at maaring ikaw ay maligtas, mga mambabasa ko, sa oras na ito. Nagbigay ang Diyos ng lunas, at ito ay inaalok sa lahat. Ang problema ay maraming tao ang nakatitig sa tuktok ng poste. Huwag tumingin sa tuktok ng poste; ito ay simbahan. Hindi mo kailangan tumingin sa sim-bahan; tama ang simbahan, ngunit hindi ka maililigtas ng simbahan. Tumingin sa kabilang bahagi ng poste. Tumingin sa Krus. Tandaan na si Hesus ay namatay para sa lahat. Hindi mo kailangang tumingin sa mga pastor; sila ay mga piniling instrumento lamang ng

Diyos upang ipakita ang Lunas - si Kristo. Kaya, mga kaibigan, alisin ang iyong mga mata sa mga tao; alisin ang iyong mga mata sa simbahan. Itaas ang iyong mga mata kay Hesus, na nag-alis ng kasalanan ng mundo, at makahahanap ka ng buhay mula sa oras na ito.

Salamat sa Diyos, hindi natin kailangan ng edukasyon para turuan tayo kung paano tumingin. Ang maliit na batang babae o lalaki, apat na taong gulang pa lamang, na hindi pa marunong magbasa, ay kayang tumingin. Kapag paparating na ang tatay, sinasabi ng nanay sa kanyang maliit na anak, "Tingnan mo! Tingnan mo! Tingnan mo!" at natututo ang maliit na bata na tumingin bago pa man siya mag-isang taon. Iyan ang paraan para maligtas. *Tingnan ninyo, siya ang Kordero ng Diyos na nag-aalis ng kasalanan ng sanlibutan* (Juan 1:29). May buhay sa sandaling ito para sa lahat ng handang tumingin.

Maraming tao ang nagsasabi, "Sana alam ko kung paano maliligtas." Tanggapin mo lamang ang salita ng Diyos at magtiwala sa Kanyang Anak ngayong araw na ito – sa sandaling ito – sa oras na ito. Ililigtas ka Niya kung magtitiwala ka sa Kanya. Iniisip ko na marahil may nakaririnig sa nagsasabing, "Hindi ko nararamdaman ang tuklaw – hindi ko ramdam na sobrang kailangan ko ng Tagapagligtas kahit gusto ko sana. Alam ko na ako ay makasalanan at lahat ng iyon, pero hindi ko sobrang nararamdaman ang tuklaw ng ahas." Gaano kagusto ng Panginoon na maramdaman mo ito?

Noong ako'y nasa Belfast, nakilala ko ang isang doktor na may kaibigang nangungunang "surgeon", at sinabi niya sa akin na bago gawin ang anumang operasyon, sinasabi ng "surgeon" sa pasyente, "Tingnan mo nang mabuti ang sugat, at saka mo ititig ang iyong mga mata sa akin; huwag mong aalisin ang iyong mga mata sa akin hanggang sa matapos." Naisip ko noon na magandang halimbawa iyon. Makasalanan, tingnan mo nang mabuti ang iyong sugat, at saka ititig mo ang iyong mga mata kay Kristo, at huwag aalisin ang mga ito sa Kanya. Mas mabuti na tingnan mo ang Lunas kaysa sa sugat. Tingnan mo kung gaano ka kaawa-awa at karumi bilang isang makasalanan, at saka titigan mo ang mga mata ng *Kordero ng Diyos na nag-aalis ng kasalanan ng mundo*. Namatay si Hesus para sa mga hindi banal at mga makasalanan. Sabihin mo, "Tatanggapin ko Siya!" Nawa'y tulungan ka ng Diyos na itaas ang iyong mga mata sa Taong nasa Kalbaryo. Tulad ng pagtingin ng mga Israelita sa ahas at gumaling, gayundin ay maaari kang tumingin at mabuhay.

Pagkatapos ng Labanan sa Pittsburg Landing, nasa isang ospital ako sa Murfreesboro. Sa gitna ng gabi, nagising ako at sinabihan na may isang lalaki sa isa sa mga kwarto ang gusto akong makausap. Pumunta ako sa kanya at tinawag niya akong "pastor" (hindi ako ang pastor) at sinabi niyang gusto niyang matulungan ko siyang maging handa sa kamatayan. Sinabi ko, "Kung pwede lang kitang ilagay sa aking mga bisig at dalhin ka sa kaharian ng Diyos, gagawin ko, ngunit hindi ko magagawa. Hindi ko kayang tulungan ka na mamatay!"

At tinanong niya, "Sino ang makatutulong?"

Sinabi ko, "Ang Panginoong Hesus Kristo lamang ang makatutulong; Siya ay dumating para sa ganoong layunin."

Ngumiti siya at sinabi, "Hindi Niya ako kayang iligtas; nagkasala ako sa buong buhay ko."

At sinabi ko, "Ngunit siya ay dumating upang iligtas ang mga makasalanan." Naisip ko ang kanyang ina sa Hilaga, at sigurado akong nais niyang mamatay sa kapayapaan, kaya't nagpasiya akong manatili sa kanyang tabi. Ilang beses akong nanalangin at binasa ko lahat ng pangako na naisip ko, sapagkat malinaw na sa loob ng ilang oras ay mawawala na siya. Sinabi ko na gusto kong basahin sa kanya ang isang usapan na ginawa ni Kristo sa isang taong nag-aalala sa kanyang kaluluwa. Inilipat ko sa ikatlong kabanata ng Juan. Nakatingin siya sa akin habang binabasa ko. Nang ako ay makarating sa mga talatang 14 at 15, naririnig niya ang mga salita, *At kung paanong itinaas ni Moises ang tansong ahas doon sa ilang, gayundin naman, kailangang itaas ang Anak ng Tao,* [15] *upang ang sinumang sumampalataya sa kanya ay magkaroon ng buhay na walang hanggan* (Juan 3:14-15).

Pinatigil niya ako at sinabi, "Nakasulat ba iyan doon?" Sinabi ko, "Oo."

Sinabi niya sa akin na basahin ko ulit, kaya ginawa ko. Nagpatong siya ng kanyang mga siko sa kama, magkakakapit ang kanyang mga kamay, at sinabi, "Maganda 'yan; pwede mo ba ulit basahin?" Binasa ko ito sa pangatlong pagkakataon at saka nagpatuloy sa iba pang bahagi ng kabanata. Pagkatapos kong magbasa, nakapikit ang kanyang mga mata, magkakapit pa rin ang kanyang mga kamay, at may ngiti sa kanyang mukha. Oh, kung gaano ito kaliwanag! Anong pagbabago ang nangyari sa kanya! Nakita ko ang kanyang mga labi na nanginginig at nang lumapit ako sa tabi niya, narinig ko sa mahinang bulong, *At kung paanong itinaas ni Moises ang tansong ahas doon sa ilang, gayundin naman, kailangang itaas ang Anak ng Tao, upang ang sinumang sumampalataya sa kanya ay magkaroon ng buhay na walang hanggan* (Juan 3:14-15).

Nang buksan niya ang kanyang mga mata, sinabi niya, "Sapat na iyan; huwag mo nang basahin pa." Naiwan siya ng ilang oras, pinag-isipan ang dalawang talata. Pagkatapos, umakyat siya sa isa sa mga karo ni Kristo upang umupo sa kaharian ng Diyos.

Sinabi ni Kristo kay Nicodemus, Maliban kung ipinanganak muli ang isang tao, hindi niya makikita ang kaharian ng Diyos. Maaari kang makakita ng maraming bansa, ngunit may isang bansa, ang lupain ng Beulah, na nakita ni John Bunyan sa isang panag-inip, na hindi mo makikita kailanman maliban kung ikaw ay ipinanganak muli at binago ni Kristo. Maaari kang tumingin sa paligid at makakita ng maraming magagandang puno, ngunit hindi mo makikita ang puno ng buhay maliban kung ginawang malinaw ng pananampalataya sa Tagapagligtas ang iyong mga mata. Maaari mong makita ang magagandang ilog sa mundo, ngunit tandaan na hindi ka makakikita ng ilog na dumadaloy mula sa trono ng Diyos at dumadaloy sa kaharian ng langit maliban kung ikaw ay ipinanganak muli. Sinabi ito ng Diyos, hindi ng tao. Hindi mo makikita ang kaharian ng Diyos maliban kung ikaw ay ipinanganak muli. Maaari kang makakita ng mga hari at panginoon sa mundo, ngunit hindi mo makikita ang Hari ng mga hari at Panginoon ng mga panginoon maliban kung ikaw ay ipinanganak muli. Kung ikaw ay nasa London, maaari kang pumunta sa tore at makikita mo ang korona ng Inglatera, na nagkakahalaga ng libu-libong dolyar at ginagabayan ng mga sundalo, ngunit tandaan na hindi mapapansin ng iyong mga mata ang korona ng buhay maliban kung ikaw ay ipinanganak muli.

Maaari mong marinig ang mga awit ng Zion na kinakanta rito sa lupa, ngunit mayroong isang awit, ang awit ni Moses at ng Kordero, na hindi mo maririnig hangga't hindi ka ipinapanganak muli; ang kagandahan ng awit na ito ay sadyang para lamang sa mga taingang ipinanganak sa Espiritu. Maaari mong masdan ang magagandang mansyon sa lupa, ngunit tandaan mo na hindi mo makikita ang mga mansyon na inihanda ni Kristo hanggang sa ikaw ay ipanganak muli. Ito ay utos ng Diyos. *Maaaring makita mo ang sampung libong magagandang bagay sa mundong ito, ngunit hindi mo makikita ang siyudad na nasilayan ni Abraham hangga't hindi ka ipinanganak muli. Mula sa panahong iyon, siya ay naging isang maglalakbay at taga-lagi* (Hebreo 11:8, 10-16). Madalas kang inaanyayahang dumalo sa mga kasalan dito, ngunit hindi ka makadadalo sa hapag ng Kasalang Hapunan ng Kordero hangga't hindi ka ipinapanganak muli. Ito ay utos ng Diyos, mahal kong kaibigan. Maaaring tingnan mo ang mukha ng iyong banal na ina ngayong gabi at malaman na siya ay nananalangin para sa iyo, ngunit darating ang panahon na hindi mo na siya makikita kung hindi ka ipanganganak muli.

Maaaring ikaw ay isang binatang lalaki o dalagang babae na kamakailan lamang ay nakatayo sa tabi ng higaan ng isang naghihingalong ina, at sinabi niya sa iyo, "Siguraduhin mong makikita mo ako sa langit," at ipinangako mo sa kanya na gagawin mo iyon. Pero hindi mo na siya makikitang muli malibang tumingin ka sa Kordero ng Diyos. Dapat kang maniwala kay Hesus ng Nazareth bago ka maniwala sa mga hindi naniniwala na hindi kailangang ipanganak muli.

Mga magulang, kung nais ninyong makita muli ang inyong mga anak na yumao, kinakailangan kayong ipanganak sa Espiritu. Marahil ay isang ama o ina ka na kamakailan lamang ay naglibing ng minamahal na anak, at tila madilim at malungkot na ang inyong tahanan. Hindi na ninyo makikita pa ang inyong anak maliban kung kayo ay ipanganak muli sa Espiritu. Kung nais ninyong makasama muli ang inyong mahal sa buhay, kinakailangang kayo ay ipanganak muli sa Espiritu. Marahil ay nakakausap ko ngayon ay isang ama o ina na may mahal sa buhay sa langit. Kung maaari lamang marinig ninyo ang boses ng inyong mahal sa buhay, sinasabing "Pumunta ka rito". Ikaw ba ay naging kaibigang banal sa langit?

Kabataang lalaki o babae, nasa langit na ba ang iyong minamahal na ina? Kung maririnig mo siyang magsalita, hindi ba niya sasabihin, "Lumihis ka sa mundo at sundin si Hesus, anak kong lalaki," "Tumingin ka kay Hesus, anak kong babae"? Kung gusto mong makita siyang muli, kailangan mong ipanganak muli.

Lahat tayo ay may nakatatandang kapatid doon. Dalawang libong taon na ang nakararaan nang Siya

ay tumawid, at mula sa mga baybaying langit ay tina-
tawag ka Niya patungo sa langit. Lumihis na tayo sa
mundo. Balewalain natin ang mundo. Tumingin tayo
kay Hesus sa krus at maligtas. Sa gayon, sa isang araw,
makikita natin ang Hari sa Kanyang kagandahan, at
hindi na tayo lalabas pa.

Kabanata 3

Dalawang Grupo ng mga Tao

*May dalawang lalaking pumasok sa
Templo upang manalangin.* (Lucas 18:10)

May dalawang grupo ng mga tao na nabubuhay sa ating mundo. Ang unang grupo ay hindi nakararamdam ng pangangailangan ng isang Tagapagligtas at hindi pa nahahatulan ng Espiritu tungkol sa kanilang mga kasalanan; ang pangalawang grupo ay nahatulan sa kanilang mga kasalanan at sumisigaw, "Ano ang dapat kong gawin upang maligtas?"

Ang lahat ng nangangailangan ng kasagutan ay maaaring maikategorya sa isa sa dalawang grupo na ito: ang mayroong espiritu ng mga Pariseo o ang mayroong espiritu ng mga Publikano. Kung ang isang tao na may espiritu ng mga Pariseo ay pumunta sa isa sa ating mga talakayan upang magtanong at matuto pa ng higit tungkol sa pagkapanganak na muli, hindi ko alam kung mayroong mas maganda pang tugon mula sa Banal na Kasulatan kasya sa mga talata sa Roma 3:10-11: *Ayon sa nasusulat, Walang matuwid, wala kahit isa. Walang nakakaunawa, walang naghahanap sa Diyos.*

Ang Ugali ng mga Pariseo

Si Pablo ay nagsasalita tungkol sa likas o hindi nalaligtas na tao. Ang lahat ay lumihis ng landas at nagpakasama. Walang gumagawa nang mabuti, wala kahit isa (Roma 3:12). At sa Roma 3:17-19: *hindi nila alam ang daan ng kapayapaan. Hindi sila marunong matakot sa Diyos. Alam natin na anumang sinasabi ng Kautusan ay sinasabi sa mga nasasakop nito upang walang maidahilan ang sinuman, at dahil dito'y mananagot ang lahat sa Diyos.* Pagkatapos, tingnan natin ang mga talatang 22 at 23: Walang pagkakaiba ang mga tao, sapagkat ang lahat ay nagkasala, at walang sinumang nakaabot sa kaluwalhatian ng Diyos.

Isang karagdagang talata na nagpapahayag ng kasalanan ng tao ay ang 1 Juan 1:8: *Kung sinasabi nating tayo'y walang kasalanan, dinadaya natin ang ating sarili at wala sa atin ang katotohanan.* Sa isang pagkakataon, nagkaroon kami ng mga pulong sa isang lungsod sa Silangan na may apatnapung libong mga tao ang naninirahan. Isang babae ang lumapit sa amin at humiling na ipanalangin namin ang kanyang asawa, na balak niyang dalhin sa susunod na pulong. Marami na akong napuntahang lugar at nakakilala ng mga lalaking Pariseo, ngunit ang taong ito ay sobrang nakabalot sa kanyang sariling katuwiran na hindi mo magawang ipasok ang kahit na ano mang talim ng hatol sa kanya. Sinabi ko sa kanyang asawa, "Masaya ako sa iyong pananampalataya, ngunit hindi namin maipakikita sa kanya ang katotohanan ng Diyos; siya ang pinakamapagpaimbabaw na lalaki na nakita ko."

Sinabi niya, "Kailangan mo talaga! Mawawasak ang puso ko kung matatapos ang mga pulong na ito nang hindi pa siya nakatatanggap ng pagbabago." Patuloy siyang nagpakatatag sa pagdadala sa kanya, at halos nagsawa na ako sa kanyang pagpapakita. Ngunit sa paglipas ng tatlumpung araw ng aming mga pulong, lumapit siya sa akin at nilagay ang kanyang nanginginig na kamay sa aking balikat.

Ang lugar kung saan ginanap ang mga pulong ay medyo malamig at may isang katabing silid kung saan tanging gaas lamang ang gamit sa ilawan. Sinabi niya sa akin, "Hindi ka ba pwedeng pumasok dito sandali?" Naisip ko na siya ay nanginginig sa lamig, at hindi ko naman gaanong nais na pumunta sa isang mas malamig na lugar. Ngunit sinabi niya, "Ako ang pinakamasamang tao sa estado ng Vermont. Gusto kong ipanalangin mo ako." Naisip ko na marahil ay may ginawa siyang pagpatay o isang kahindik-hindik na krimen, at tinanong ko, "Mayroon bang isang partikular na kasalanan na lubos na nakababahala sa iyo?"

Sumagot siya, "Ang buong buhay ko ay isang kasalanan. Ako ay isang mayabang at mapagmataas na pariseo. Gusto kong ipanalangin mo ako." Siya ay nasa malalim na pagsisisi sa kasalanan. Hindi maaring magawa ng tao ang ganitong resulta, ngunit ito ay ang Espiritu. Humigit-kumulang alas dos ng umaga, ang liwanag ay nabuhay sa kanyang kaluluwa. Naglakad siya sa mga kalsada ng lungsod at nagkwento kung ano ang ginawa ng Diyos sa kanya. Siya ay naging aktibong Kristiyano mula noon.

May apat pang talata na ginamit mismo ni Hesus upang makipag-usap sa mga nagtatanong. *Tandaan mo ang sinasabi kong ito: malibang ipanganak na muli ang isang tao, hindi niya makikita ang paghahari ng Diyos* (Juan 3:3).

Sa Lucas 13:3, nababasa natin: *Malibang kayo'y magsisi, ay mangapapahamak din kayong lahat.*

Sa Mateo 18, nang magtanong ang mga alagad kay Hesus kung sino ang pinakadakila sa kaharian ng langit, kinuha niya ang isang bata at pinatayo sa gitna at sinabi, *Tandaan ninyo: kapag hindi kayo nagbago at naging katulad ng mga bata, hinding-hindi kayo makakapasok sa kaharian ng langit* (Mateo 18:3).

Mayroong isa pang mahalaga: Mateo 5:20: *kung ang pagsunod ninyo sa kalooban ng Diyos ay tulad lamang ng pagsunod ng mga tagapagturo ng Kautusan at mga Pariseo, hinding-hindi kayo makakapasok sa kaharian ng langit.*

Ang isang tao ay dapat gawing "handa" o angkop bago niya gustuhing pumasok sa kaharian ng Diyos. Sa pagsasaalang-alang sa kuwento ng Alibughang Anak, mas gusto ko nang pumasok sa kaharian kasama ang nakababatang kapatid kaysa manatili sa labas kasama ang nakatatandang kapatid na *Nagalit ang panganay at ayaw niyang pumasok sa bahay (Lucas 15:28).* Ang langit ay magiging impiyerno sa gayong tao. Ang isang nakatatandang kapatid na hindi makapagdiwang sa pagbabalik ng kanyang nakababatang kapatid ay hindi handa para sa kaharian ng Diyos. Isang banal na bagay na isinasaalang-alang, ngunit bumagsak ang kurtina at iniwan siya sa labas at ang nakababatang kapatid ay nasa loob. Sa nakatatandang kapatid, ang wika ng Tagapagligtas sa ibang pagkakataon ay tila angkop: *Tandaan ninyo: ang mga maniningil ng buwis at ang mga bayarang babae ay nauuna pa sa inyo na makapasok sa kaharian ng Diyos* (Mateo 21:31).

Nagsadya sa akin ang isang babae at humiling ng pabor para sa kanyang anak. Sinabi niya, "Dapat mong tandaan na hindi ako sumasang-ayon sa doktrina mo."

Tanong ko, "Ano ang hindi mo sinasang-ayunan?"

Sinabi niya, "Sa tingin ko ang pang-aabusong ginawa ninyo ay sobra at matindi. Sa tingin ko, siya ay isang matuwid na tao." Sinabi ko na handa kong pakinggan ang kanyang panig, ngunit seryosong bagay na kinakailangan niyang harapin dahil kailangan ding magbalik-loob ang nakatatandang kapatid tulad ng nakababatang kapatid. Kapag ang mga tao ay nag-uusap tungkol sa pagiging matuwid, mabuti na rin na pagmasdan nila ang matandang lalaki na nakikiusap sa kanyang anak na ayaw pumasok.

Ang Ugali ng Publikano

Ngunit ngayon, lilipat na tayo sa ibang grupo na kailangan nating pag-usapan. Ito ay binubuo ng mga taong nakatutuklas ng kanilang kasalanan at sa kanila'y nagmumula ang daing tulad ng mula sa bantay ng piitan sa Filipos, "… *ano po ang dapat kong gawin upang ako'y*

maligtas?" (Mga Gawa 16:30*).* Sa mga taong nagpapa-
hayag ng ganitong panalangin ng pagsisisi, hindi na
kailangan pang magpatupad ng batas. Sila na mismo ang
nakatuklas na sila'y makasalanan. Magandang dalhin
sila direkta sa Banal na Kasulatan: *Sumampalataya ka
sa Panginoong Jesus, at maliligtas ka,* (Mga Gawa 16:31).
Marami ang makikita mong nakakunot ang mukha at
magsasabi, "Hindi ko alam kung ano ang ibig sabihin
ng sumampalataya," at bagaman ang kautusan ng langit
ay nagpapahayag na kailangan nilang sumampalataya
upang maligtas, gusto pa rin nilang malaman kung
ano, saan, at paano sumampalataya.

Sa Juan 3:35-36, nakasaad: *Iniibig ng Ama ang Anak,
at ibinigay niya rito ang pamamahala sa lahat ng bagay.
Ang sumasampalataya sa Anak ay may buhay na walang
hanggan. Ngunit ang hindi sumusunod sa Anak ay
hindi magkakaroon ng buhay. Sa halip, mananatili sa
kanya ang poot ng Diyos.* Mukhang makatuwiran ito.
Nawalan ng buhay ang tao dahil sa hindi paniniwala
– dahil hindi niya pinananampalatayanan ang salita
ng Diyos; nakuha nating muli ang buhay sa pama-
magitan ng pananampalataya – sa pagtanggap ng salita
ng Diyos. Sa ibang salita, nakatayo tayo sa kung saan
nadapa si Adan. Natumba siya at nagkasala dahil sa
hindi paniniwala; tayo naman ay itinayo at nakatayo
nang tuwid dahil sa paniniwala.

Kapag sinabi ng mga tao na hindi sila makapani-
wala, ipakita ang kabanata at talata at pilitin silang
isaalang-alang ang isang bagay: "Nasira ba kailan-
man ng Diyos ang Kanyang pangako sa loob ng anim
na libong taon na ito?" Ang diyablo at mga tao ay

patuloy na nagtatangkang magpakita na hindi Niya naisakatuparan ang anumang pangako. Magkakaroon ng kagalakan sa impiyerno ngayon kung may isang salita man Siya na hindi natupad. Kung ang isang tao ay nagsasabing hindi siya makapaniwala, mabuting tanungin siya tungkol sa bagay na ito. Mas naniniwala ako sa Diyos ngayon kaysa sa aking sariling puso. *Sino ang makakaunawa sa puso ng tao? Ito'y mandaraya at walang katulad; wala nang lunas ang kanyang kabulukan* (Jeremias 17:9).

Mas naniniwala ako sa Diyos kaysa sa aking sarili. Kung gusto mong malaman ang daan tungo sa buhay, maniwala na si Hesus Kristo ay isang personal na Tagapagligtas. Iwanan ang lahat ng mga doktrina at kredo at pumunta mismo sa puso ng Anak ng Diyos. Kung nagugutom ka sa tuyong doktrina, alam mo na hindi masyadong lumalaki ang espiritu sa ganitong uri ng pagkain. Ang mga doktrina ay parang mga kalyeng patungo sa bahay ng kaibigan na nag-anyaya sa akin para sa hapunan na dadaluhan ko. Dadalhin ako roon kung tama ang aking daan, ngunit kung mananatili ako sa kalye, hindi ako mabubusog. Ang pagkain ng mga doktrina ay parang namumuhay sa tuyong balat ng mga butil; ang kaluluwa na hindi kumakain ng Tinapay na galing sa langit ay mananatiling payat.

Mayroong nagtatanong, "Paano ko maaaring gawing mainit ang aking puso?" Ito ay sa pamamagitan ng pananampalataya. Hindi mo makukuha ang lakas upang magmahal at maglingkod sa Diyos hangga't hindi ka naniniwala.

Sinabi Ni apostol Juan:

Kung pinaniniwalaan natin ang patotoo
ng mga tao, higit nating dapat paniwalaan
ang patotoo ng Diyos, at ito ang patotoo ng
Diyos tungkol sa kanyang Anak. Ang suma-
sampalataya sa Anak ng Diyos ay nagtata-
glay ng patotoong ito sa kanilang puso. Ang
sinumang hindi sumampalataya sa Diyos
ay ginagawang sinungaling ang Diyos,
sapagkat hindi siya naniwala sa patotoo ng
Diyos tungkol sa kanyang Anak. At ito ang
patotoo: ipinagkaloob sa atin ng Diyos ang
buhay na walang hanggan at ito'y maka-
kamtan natin sa pamamagitan ng kanyang
Anak. Kung ang Anak ng Diyos ay nasa
isang tao, mayroon siyang buhay na walang
hanggan; ngunit kung wala sa kanya ang
Anak ng Diyos ay wala siyang buhay na
walang hanggan. (1 Juan 5:9-12)

Kung hindi tayo makikinig sa patotoo ng mga tao, itigil natin ang mga gawain ng tao. Paano tayo magpapatuloy sa pang-araw-araw na buhay at paano magpapatuloy ang usapin kung hindi natin pinapansin ang patotoo ng tao? Sa loob ng 48 oras, titigil ang mga bagay-bagay sa lipunan at komersyo! Ito ang layunin ng argumento ng apostol dito. Kung tinatanggap natin ang patotoo ng mga tao, ang patotoo ng Diyos ay mas malaki. Nagpatotoo ang Diyos tungkol kay Hesus Kristo, at kung naniniwala ang tao sa kanyang kapwa tao na madalas magsabi ng kasinungal-ingan at madalas hindi tapat, bakit hindi natin tanggapin ang salita ng Diyos at maniwala sa kanyang patotoo?

Ang pananampalataya ay paniniwala sa patotoo. Ito ay hindi isang biglang pag-ayon sa kadiliman, tulad ng sinasabi ng iba. Iyan ay hindi totoong pananampalataya. Hindi hinihiling ng Diyos sa sinuman na maniwala nang walang binibigay na bagay para paniwalaan. Mas mabuting sabihin mong maniwala ka nang walang mata, makinig nang walang tenga, at maglakad nang walang paa, kaysa hilingin mong maniwala nang walang binibigay na bagay para paniwalaan.

Noong nag-umpisa akong pumunta sa California, nakakuha ako ng isang gabay na libro. Sinabi sa akin nito na pagkatapos kong umalis sa estado ng Illinois, tatawid ako sa Ilog ng Mississippi at pagkatapos ay sa Ilog Missouri. Pagkatapos ay pupunta ako sa Nebraska, tatawid sa mga mabatong bundok patungo sa lugar ng Mormon sa Salt Lake City, at saka maglalakbay gamit ang daan ng mga bundok ng Sierra Nevada patungo sa San Francisco. Natagpuan ko ang gabay na libro na tugma ang impormasyon sa buong paglalakbay ko, at masasabing miserable ako kung pagkatapos ng tatlo hanggang apat na daan sa bahagi ng paglalakbay, hindi ko na pinaniwalaan pa ito para sa nalalabi kong paglalakbay.

Kung may isang lalaki na itinuturo ako sa tanggapan ng liham at sasabihin niya ang sampung palatandaan na makikita ko sa aking daan habang ako ay pumupunta roon, Nakita ko ang siyam sa sampo na sinabi niya. Ngayon ay mayroon na akong magandang rasong paniniwalaan na malapit na ako sa tanggapan ng liham.

Kung sa pamamagitan ng pananampalataya, ako ay makakukuha ng bagong buhay na may pag-asa, kapayapaan, kagalakan, at kapahingahan para sa aking kaluluwa na hindi ko pa nararanasan dati; kung maka-kamit ko ang pagpipigil sa aking sarili at makikita kong may kapangyarihan akong tanggihan ang kasamaan at gawin ang mabuti, ito ay maaaring magpakita na tama ang landas na tinatahak ko patungo sa *isang lungsod na may matatag na pundasyon at ang Diyos mismo ang nagplano at nagtayo* (Hebreo 11:10).

Kung ang mga bagay ay naganap at kasalukuyang nangyayari, tulad ng nakasulat sa Salita ng Diyos, mayroon akong sapat na dahilan upang malaman na ang mga pangako at hula na natitira ay magkakatotoo. Ngunit may mga taong nagdududa. *Walang tunay na pananampalataya kung mayroong takot. Ang panan-ampalataya ay pagtanggap sa salita ng Diyos, nang walang pasubali. Walang kasamang takot ang pag-ibig at pinapawi ng ganap na pag-ibig ang anumang takot* (1 Juan 4:18). Gaano kasama ang pakiramdam ng isang asawa kung may pag-aalinlangan siya sa kanyang asawa, at gaano kasama ang pakiramdam ng isang ina kung umalis ng kanyang anak sa bahay, may dahilan siyang magduda sa kanyang anak dahil sa bihira nitong pakikipag-ugnayan sa kanya! Ang tunay na pag-ibig ay hindi nagdududa.

May tatlong bagay na hindi mawawala sa panan-ampalataya: kaalaman, pagsang-ayon, at pag-aangkin (personal na paggamit ng pananampalataya na parang pagmamay-ari ng sarili).

Kailangan nating makilala ang Diyos. *At ito ang buhay na walang hanggan: ang makilala ka nila na iisang tunay na Diyos, at si Jesu-Cristo na iyong isinugo* (Juan 17:3). Pagkatapos, hindi sapat na sumang-ayon lamang tayo sa alam natin, kailangan din nating tanggapin ang katotohanan. Hindi maliligtas ang isang tao sa pamamagitan ng simpleng pagsang-ayon sa plano ng kaligtasan; kailangan din niyang tanggapin si Kristo bilang kanyang Tagapagligtas. Kailangan niyang tanggapin at gamitin Siya - isapuso at magtiwala sa Kanya.

Mayroong mga taong nagsasabing hindi nila malaman kung paano maaapektuhan ang buhay ng isang tao sa paniniwala nito. Pero subukan mong sumigaw na nag-aapoy ang gusali kung saan tayo naroroon, at tingnan natin kung gaano kabilis tayong kumilos ayon sa paniniwala natin at agad lumabas. Sa lahat ng pagkakataon, nakaaapekto sa atin ang ating paniniwala. Hindi natin maiiwasan ito. Kung naniniwala ka sa talaan ng Diyos tungkol kay Kristo, agad itong magpapabago sa buong buhay mo.

Isipin natin ang Juan 5:24; may sapat na katotohanan sa isang bersong ito para sa bawat kaluluwa upang magpahinga sa kaligtasan. Hindi ito nag-iwan ng anumang puwang sa anumang pag-aalinlangan.

Pakatandaan ninyo: ang nakikinig sa aking salita at sumasampalataya sa nagsugo sa akin ay may buhay na walang hanggan. Hindi na siya hahatulan kundi nakatawid na siya sa buhay mula sa kamatayan.

Kung ang isang tao ay tunay na nakikinig sa salita ni Hesus, naniniwala sa puso sa Panginoon (na nagpadala ng Kanyang Anak upang maging Tagapagligtas ng mundo), tumatanggap at ginagamit ang malaking kaligtasan na ito, hindi siya takot sa paghuhukom. Hindi niya tinitingnan ng may takot ang dakilang trono, dahil sa 1 Juan 4:17, ito ay nakasulat: *Ang pag-ibig ay nagiging ganap sa atin kaya't panatag ang ating kalooban para sa Araw ng Paghuhukom, sapagkat tayo'y tulad ni Cristo, kahit nasa daigdig pang ito.* Kung naniniwala tayo, walang hatol o paghuhukom para sa atin. Ito ay nakaraan na at nakatawid na tayo mula sa kamatayan tungo sa buhay.

Naalala ko ang nabasa ko tungkol sa isang lalaking nasa paglilitis para sa kanyang buhay. Mayroon siyang mga kaibigan na may impluwensiya, at nakakuha sila ng pagpapatawad para sa kanya mula sa hari sa kondisyon na siya ay dumaan sa paglilitis at parusahan. Pumasok siya sa korte na may pagpapatawad o pardon sa kanyang bulsa. Mataas ang damdamin ng mga tao laban sa kanya, at sinabi ng hukom na nagulat ang korte dahil tila hindi siya nag-aalala. Ngunit nang maglabas ng hatol ang hukom, naglabas ang lalaki ng isang sulat ng pardon, ipinakita ito, at lumabas bilang isang malayang tao. Siya ay napatawad, at tayo rin ay napatawad. Hayaang dumating ang kamatayan, wala tayong dapat ikatakot. Lahat ng mga naghuhukay ng libingan sa mundo ay hindi makapaghuhukay ng libingan na sapat at malalim upang magkasya ang buhay na walang hanggan. Lahat ng mga gumagawa ng kabaong sa mundo ay hindi makagagawa ng kabaong na sapat at mahigpit upang magkasya ang buhay na walang hanggan. Nahawakan ng kamatayan si Kristo dati, ngunit hindi na muli.

Sinabi sa kanya ni Hesus, *Ako ang muling pagkabuhay at ang buhay. Ang sinumang sumasampalataya sa akin, kahit mamatay ay muling mabubuhay; at sinumang nabubuhay at sumasampalataya sa akin ay hindi mamamatay kailanman* (Juan 11:25-26). Sa aklat ng Pahayag, nabasa natin na sinabi ng nabuhay na Tagapagligtas kay Juan, *at ang nabubuhay! Namatay ako ngunit tingnan mo, ako'y buháy ngayon at mananatiling buháy magpakailanman* (Pahayag 1:18). Hindi na makapagdudulot ng kahit na anong pinsala sa Kanya ang kamatayan.

Makakamtan natin ang buhay sa pamamagitan ng pananampalataya. Sa katunayan, nakakamtan natin nang higit pa sa nawala kay Adan, dahil ang isang tao na tinubos ng Diyos ay tagapagmana ng mas maraming yaman at mas maluwalhating mana kaysa sa maaring maisip pa ni Adan sa hardin ng Eden, at ito'y magtatagal magpakailanman. Ito ay ganap at hindi maaaring agawin ng sinuman.

Mas gusto ko pang magkaroon ng buhay na nakatago kay Kristo sa Diyos kaysa mabuhay sa hardin ng Eden. Kahit na nandoon si Adan ng sampung libong taon bago siya nagkasala at nahulog, kailangan pa rin niyang lumisan sa hardin. Sa pamamagitan ni Kristo Hesus, tayo ay lubos na ligtas magpakailanman. Ang mananampalataya ay mas ligtas kaysa kay Adan, kung ang mga bagay na ito ay maging totoo sa kanya. Gawin nating katunayan ang mga ito at hindi kathang-isip lamang. Sinabi ito ng Diyos; iyon ay sapat na. Pagkatiwalaan natin Siya kahit na hindi natin Siya nakikita. Magpakatapang tayo katulad ng ginawa ni Maggie sa nakaaantig na pangyayari na ito, na aking nabasa sa Bible Treasury:

Umalis ako sa bahay ng ilang araw at napapa-isip ako habang papalapit ako sa bahay kung maalala pa kaya ako ng anak kong si Maggie, nasa sapat na gulang na siya upang umupo mag-isa. Upang subukan ang kanyang memorya, nag-kubli ako sa isang lugar na makikita ko siya, pero hindi niya ako makikita, at tinawag ko ang kanyang pangalan sa pamilyar na tono: "Maggie!" Iniwan niya ang kanyang mga laruan, tumingin sa paligid ng silid, at saka muling tumingin sa kanyang mga laruan. Inulit ko pang muli ang kanyang pangalan: "Maggie!" Siya ay tumingin ulit sa paligid ng silid, pero hindi nakakita ng mukha ng kanyang ama, malungkot na tumingin sa kanyang mga laruan. Isang beses pa, tinawag ko si "Maggie!" Iniwan niya ang kanyang mga laruan at biglang umiyak, habang ibinubuka ang kanyang mga braso sa direksyon kung saan nagmula ang tinig ko. Alam niya na kahit hindi niya ako nakikita, naroon ako dahil kilala niya ang boses ko.

Ngayon, may kakayahan tayo upang makakita at makarinig, at may kakayahan tayo upang maniwala. Kahangalan para sa mga nagdududa na sabihin nilang hindi sila makapapaniwala. Kung gusto nila, kaya nila. Pero ang problema sa karamihan ng tao ay nakakabit ang pakiramdam sa paniniwala. Wala talagang kinalaman ang pakiramdam sa paniniwala. Hindi sinasabi ng Bibliya na "siya na may pakiramdam" o "siya na may pakiramdam at naniniwala" ay magkakaroon ng buhay na walang hanggan. Walang ganoong klaseng sinasabi. Sinabi ni Hesus, " *ang sumasampalataya sa akin ay may buhay na walang hanggan*" (Juan 6:47). Hindi ko kontrolado ang aking pakiramdam. Kung kaya ko lang, hindi ako magkakaroon ng sakit o sakit ng ulo o ngipin. Palagi akong malusog. Pero pwede akong maniwala sa Diyos. Kung makatutuntong lang tayo sa matibay na bato na 'yon, papasok man ang mga pagdududa at takot at kahit na umalon ang mga alon sa paligid natin, ang angkor ay matatag pa rin.

Ang ilang tao ay palaging pinakikiramdaman ang kanilang pananampalataya. Ang pananampalataya ay ang kamay na tumatanggap ng pagpapala. Narinig ko ang ilustrasyong ito tungkol sa isang pulubi. Isipin mo na makakasalubong mo sa kalsada ang isang lalaking kilala mo nang mahabang panahon bilang isang pulubi. Ipakita mo sa kanya ang pera, at sasabihin niya sa iyo, "Salamat, pero hindi ko kailangan ng pera mo. Hindi ako pulubi."

"Paano nangyari iyon?"

"Kagabi, may isang lalaki ang nagbigay sa akin ng isang libong dolyar."

"Talaga! Paano mo nalaman na tunay na pera iyon?"

"Dinala ko ito sa bangko, idiniposito ko, at nagpaissue ako ng libro ng bangko."

"Paano mo nakuha ang regalo na iyon?"

"Humingi ako ng abuloy, at pagkatapos naming mag-usap, nagbigay sa akin ang binatang lalaki ng isang libong dolyar na pera at ibinigay sa akin."

"Paano mo nalaman na sa tamang kamay ibinigay iyon?" "Ano bang pakialam ko kung saang kamay ibinigay ang pera, basta nakatanggap ako?"

Maraming tao ang palagi nang nagtatanong kung tama ba ang uri ng pananampalataya na kanilang ginagamit para matanggap si Kristo, pero mas mahalaga ay siguraduhing tama ang Kristong tinatanggap natin. Ang pananampalataya ay ang mata ng kaluluwa, at sino ba naman ang mag-iisip na tanggalin ang mata para malaman kung tama ba ito, kung ito naman ay gumagana nang maayos? Hindi ang aking panlasa, kundi ang lasa ng kinakain ko ang nagpapabusog sa akin. Kaya mga kaibigan, ang pagtitiwala sa Salita ng Diyos ang paraan ng ating kaligtasan. Hindi maaaring maging masyadong komplikado ang katotohanan.

May isang lalaking nakatira sa lungsod ng New York na may bahay sa tabi ng Ilog Hudson. Ang kanyang anak na babae at pamilya nito ay dumalaw upang manatili sa kanila ng buong taglamig. Sa panahon ng kanilang pagbisita, lumabas ang sakit na scarlet fever. Kailangan ilayo sa iba ang isa nilang munting apo. Araw-araw, bago pumunta sa kanyang trabaho, pupuntahan ng lolo ang kanyang apo at sinasabi, "Paalam." Isa sa mga pagkakataong ito, kinuha ng apo ang kanyang kamay at dinala sa isang sulok ng kwarto. Hindi nagsalita ang bata at itinuro ang sahig na kung saan ay may mga maliliit na biskuwit na nakahilera, "Lolo, gusto ko ng kahon ng pangpinta". Hindi siya nagsalita. Sa kanyang pag-uwi, tinanggal niya ang kanyang panlamig at pumunta sa kwarto tulad ng dati. Hindi tiningnan ng kanyang apo kung natupad ba ang kanyang kahilingan. Dinala siya sa parehong sulok ng kwarto. Nakita niya roon na nakalagay muli ang mga biskuwit. "Lolo, Salamat sa kahon ng pangpinta". Hindi magbabago ang kanyang lolo ng plano kahit na anong mangyari, makapagbibigay lamang siya ng kasiyahan sa kanyang apo. Iyan ang pananampalataya.

Ang pananampalataya ay pagtanggap sa Salita ng Diyos, at ang mga taong nais ng palatandaan ay palaging nagkakaproblema. Sinabi ng Diyos iyan; maniwala tayo rito.

Ngunit mayroong mga nagsasabi na ang pananampalataya ay kaloob ng Diyos. Gayunpaman, gaya ng hangin, kailangan mong huminga nito. Gaya ng tinapay, kailangan mong kainin ito. Gaya ng tubig, kailangan mong inumin ito. May ilan na nais ng isang kakaibang uri ng pakiramdam. Ito ay hindi panan-ampalataya. *Kaya't ang pananampalataya ay bunga ng pakikinig, at ang pakikinig naman ay bunga ng pangangaral tungkol kay Cristo* (Roma 10:17). Doon nanggagaling ang pananampalataya. Hindi ako uupo at maghihintay ng pananampalataya na dumarat-ing na parang may kakaibang pakiramdam; para sa akin ay kinakailangan kong paniwalaan ang salita ng Diyos. Hindi ka makapaniniwala kung wala kang dapat paniwalaan. Tanggapin ang Salita kung paano ito nakasulat at gamitin ito. Ipamahagi ito bilang iyong sarili at panghawakan ito.

Sa Juan 6:47-48, naririto ang sinabi: *Pakatandaan ninyo: ang sumasampalataya sa akin ay may buhay na walang hanggan.* Ako ang tinapay ng buhay. Ang tinapay ay malapit na. Lumapit at kainin ito. Maaaring mayroon akong libo-libong tinapay sa aking bahay at maraming nagugutom na naghihintay na bigyan ng isang tinapay. Maaaring sumang-ayon sila sa katoto-hanang may tinapay doon, ngunit maliban kung kumain sila ng isang tinapay, hindi mabubusog ang kanilang gutom. Gayon din si Kristo ang tinapay ng langit, at tulad ng katawan na kumakain ng natural na pagkain, ang kaluluwa ay dapat kumain kay Kristo.

Kung ang isang nalulunod ay nakakita ng tali na inihagis upang iligtas siya, kailangan niyang hum-awak sa tali; para gawin ito, kailangan niyang bitawan ang lahat ng iba pa. Kung may sakit ang isang tao, kailangan niyang uminom ng gamot, dahil ang simpleng pagtingin lamang dito ay hindi magpapagaling sa kanya. Ang kaalaman tungkol kay Kristo ay hindi makatutulong sa nag-aalinlangan maliban kung siya ay mananampalataya at tatanggap sa Kanya bilang kanyang tanging pag-asa. Ang mga Isarelita na nakagat ng mga ahas ay maaaring naniniwala na itinaas ang ahas, ngunit kung hindi sila tumingin, hindi sila mabubuhay (Mga Bilang 21:6-9).

Ako ay naniniwala na ang isang partikular na barko ang magdadala sa akin sa kabila ng karagatan, dahil nasubukan ko na ito; ngunit hindi ito makatutulong sa ibang tao na gustong sumakay, maliban kung siya ay kikilos ayon sa aking kaalaman. Kaya ang kaalaman tungkol kay Kristo ay hindi makatutulong sa atin maliban kung tayo ay kikilos ayon dito. Ito ang kahulugan ng pagsampalataya sa Panginoong Hesus Kristo. Ito ay ang pagkilos ayon sa ating paniniwala. Katulad ng pagpasok ng isang tao sa barko upang tumawid ng Atlantiko, kailangan nating tanggapin si Kristo at ibigay ang ating mga kaluluwa sa Kanya. Siya ay nangako na ililigtas lahat ng mga nagtitiwala sa Kanya. Ang pagsampalataya sa Panginoong Hesus Kristo ay simpleng pagsunod sa Kanyang salita.

Mga Payo at Tagubilin

Ang marupok na tambo'y hindi niya bab-aliin (Isaias 42:3; Mateo 12:20)

Mahalagang mag-ingat ang mga naghahanap ng kaligtasan kung aasa sila sa karanasan ng iba at hindi nila susubukan ang kanilang sarili na makaranas ng kaligtasan. Marami ang naghihintay ng pagkakaroon ng parehong karanasan ng kanilang lolo o lola sa pagiging Kristiyano. Mayroon akong isang kaibigan na nagbago ang kanyang buhay sa isang bukid, at naniniwala siya na lahat ng mga tao sa bayan nila ay dapat na pumunta roon at magbago rin. Mayroon din isa na nabago ang kanyang buhay sa ilalim ng tulay, at naniniwala siya na kung mayroong nagdududa, ay magkakaroon din ng pagbabago kung sila ay pupunta roon. Ang pinakamahusay na gawin ng mga taong nag-aalala tungkol sa kanilang kaligtasan ay lumapit sa Salita ng Diyos. Kung mayroong mga tao sa mundo na dapat na lubos na magpahalaga sa Salita ng Diyos, sila ay yaong mga nagtatanong kung paano sila makatatanggap ng kaligtasan.

Halimbawa, maaaring sabihin ng isang tao, "Wala akong lakas." Subalit basahin niya ang Roma 5:6: *Sapagkat noong tayo'y mahihina pa, namatay si Cristo sa takdang panahon para sa mga makasalanan.* Ito ay dahil sa wala tayong lakas kaya natin kailangan si Kristo. Siya ay dumating upang magbigay ng lakas sa mga mahihina.

Maaaring sabihin ng iba, "Hindi ako makakita." *Ako ang ilaw ng sanlibutan* (Juan 8:12). Siya ay dumating hindi lamang upang magbigay ng liwanag, *Ikaw ang magbubukas sa mga mata ng mga bulag* (Isaias 42:7).

Maaaring sabihin ng iba, "Hindi ako naniniwala na ang isang tao ay maaaring magligtas nang sabay-sabay." Isang taong may ganitong pananaw ay nasa silid ng konsultasyon isang gabi, at itinuon ko ang kanyang atensyon sa Roma 6:23: *Sapagkat kamatayan ang kabayaran ng kasalanan, ngunit ang walang bayad na kaloob ng Diyos ay buhay na walang hanggan sa pamamagitan ni Cristo Jesus na ating Panginoon.* Gaano katagal ang kailangan para tanggapin ang isang regalo? Mayroong isang sandali na wala ito sa iyo at isa pang sandali kung saan nasa iyo na ito - isang sandali kung saan ito ay sa iba at ang sumunod na sandali ay sa iyo na. Hindi nangangailangan ng anim na buwan upang magkaroon ng walang hanggang buhay. Maaaring tulad ito ng buto ng mustasa, napakaliit sa simula. Ang ibang mga tao ay nababago nang unti-unti, tulad ng liwanag ng umaga, hindi malaman kung kailan nagsimula ang liwanag; samantalang sa iba, tulad ito ng pagliyab ng isang bulalakaw at biglang sumabog sa kanila ang katotohanan. Hindi ako lalakad sa kabilang kalye upang patunayan kung kailan ako nawalan ng kasalanan, ngunit mahalaga na malaman na tunay na nangyari ito sa akin.

Ang isang bata ay maaaring ganap na maipanganak muli sa napakahusay na pamamaraan ngunit hindi malaman kung kailan nagsimula ang bagong kapanganakan, ngunit kinakailangan pa rin na mayroong sandali kung saan naganap ang pagbabago at naging bahagi na siya ng kabanalan.

May ilan na hindi naniniwala sa biglaang pagbabagong-loob, subalit aking hahamunin ang sinumang makapagpakita ng isang pagbabagong-loob sa Bagong Tipan na hindi biglaan. *Pag-alis ni Jesus doon, nakita niya si Mateo na nakaupo sa tanggapan ng buwis. Sinabi ni Jesus sa kanya, "Sumunod ka sa akin." Tumayo nga si Mateo at sumunod sa kanya* (Mateo 9:9). Walang mas mabilis pa sa ganun.

Si Zaqueo, ang publikano, ay nagnanais na makita si Hesus, at dahil sa maliit siya, umakyat siya sa puno. *Pagtapat ni Hesus sa lugar na iyon, tumingala siya kay Zaqueo at sinabi, "Zaqueo, bumabâ ka agad sapagkat kailangan kong tumuloy ngayon sa iyong bahay.* (Lucas 19:5). Ang kanyang pagbabagong-loob ay dapat nangyari kung saan sa pagitan ng sanga at sa lupa. Sinabi sa atin na siya ay tumanggap kay Hesus nang buong kagalakan at sinabi, *"Panginoon, ipamimigay ko po sa mga mahihirap ang kalahati ng aking mga kayamanan.*

At kung ako'y may nadayang sinuman, isasauli ko ito sa kanya ng maka-apat na beses. (Lucas 19:8). Kakaunti sa ating panahon ang makapagsasabi ng ganitong bagay bilang patunay ng kanilang pagbabagong-loob.

Nagbago ang buong sambahayan ni Cornelius nang biglaan. Si Pedro ay nagpahayag ng salita ng Diyos tungkol kay Kristo sa kanya at sa mga kasama niya; bumagsak sa kanila ang Banal na Espiritu, at sila ay bininyagan (Mga Gawa 10). Sa araw ng Pentecostes, tatlong libong taong buong puso at katuwaan na tumanggap ng Salita. Hindi lamang sila nagbago ng kanilang pananampalataya, kundi sila ay nabinyagan din nang araw ding iyon. (Mga Gawa 2).

Sa panahon na si Felipe ay nakikipag-usap sa eunuco habang naglalakbay sila, sinabi ng eunuco kay Felipe, Tingnan mo! Tubig! Ano ang makapipigil sa akin na mabinyagan? Sinabi ni Felipe, *Kung naniniwala ka nang buong puso, pwede ka nang mabinyagan.* Sila ay bumaba sa tubig, at ang lalaking may malaking kapangyarihan sa ilalim ni Candace, reyna ng mga Etiopian, ay nabinyagan at nagpapatuloy na nagagalak (Mga Gawa 8:26-38). Makikita sa buong Kasulatan na ang mga pagbabalik-loob ay biglaan at mabilis.

Magtaka tayo kung isang lalaki ay may kasanayan nang magnakaw ng pera mula sa kanyang amo. Kung nakakuha siya ng isang libong ngayong taon, sasabihin ba natin sa kanya na kumuha na lang siya ng limandaang dolyar sa susunod na taon at mas mababa pa sa mga susunod na taon, hanggang sa loob ng limang taon ay limampu na lang ang kuhanin niya? Ang ganitong paraan ay batay sa parehong prinsipyo ng unti-unting pagbabago.

Kung ang ganitong tao ay dalhin sa harap ng korte at pinalaya dahil hindi niya agad maitatama ang kanyang krimen, ito ay ituturing na napakalabong proseso. *Ang magnanakaw ay huwag nang magnakaw* (Efeso 4:28). Ito ay tungkol sa pagbabaliktad ng direksyon ng buhay, isang kabuoan na pagbabago ng landas! Kung ang isang tao ay nakasanayan na magmura ng isang daang beses sa isang araw, dapat ba nating payuhan siya na huwag na lamang magmura ng higit sa siyamnapu't siyam sa susunod na araw at walumpu't walo sa sumunod na araw, upang sa bandang huli ay maalis na niya ang kanyang bisyo? Sinasabi ng Tagapagligtas, *huwag kayong manunumpa kapag kayo'y nangangako.* (Mateo 5:34).

Kung ang isang lalaki ay palaging umiinom ng maraming alak at paulit-ulit na nananakit ng kanyang asawa nang dalawang beses sa isang buwan; kung isa na lamang beses siya mananakit kada buwan at pagkatapos ay isang beses lamang sa bawat anim na buwan, iyon ay katulad ng unti-unting pagbabago. Kung si Ananias ay ipinadala kay Pablo na pumunta sa Damascus, na punong-puno ng pagbabanta na papatayin ang mga alagad at ihahatid sa bilangguan. Sasabihin ba ni Ananias na huwag niyang patayin ang kanyang inaasam-asam na dami ng tao o hayaan muna niyang unti-unti mawala ang galit sa kanyang puso kaysa biglaan? Kung sabihin sa kanya na huwag munang tumigil sa pagsasalita ng mga pagbabanta o huwag munang magpahayag ng Salita ng Diyos agad dahil baka sabihin ng mga pilosopo na hindi magtatagal ang ganitong pagbabago, iyon ay katulad ng pag-iisip ng mga hindi naniniwala sa mabilisang pagbabago.

Saka mayroong isa pang grupo na nagsasabi na natatakot sila na baka hindi matatag ang mga bagong mananampalataya – baka lumayo sila mula kay Hesus. Marami ang grupo na ito at umaasa sila nang husto. Gusto ko makita na hindi nagtitiwala sa sarili ang isang tao. Magandang bagay na titingin ang mga taong ito sa Diyos at tandaan na hindi sila humahawak sa Diyos kundi ang Diyos ang humahawak sa kanila. May ilan na gustong tumanggap kay Kristo, pero ang importante ay si Kristo rin ang tumanggap sa kanila sa kasagutan sa panalangin. Ipabasa ang Awit 121 sa mga taong nasa ganitong kalagayan:

Itutuloy ko ang aking mga mata sa mga bundok; Saan kaya manggagaling ang aking tulong? Ang aking tulong ay manggagaling sa Panginoon, na lumikha ng langit at ng lupa.

Hindi niya papayagan na ikaw ay matinik; Ang nagbabantay sa iyo ay hindi matutulog.

Narito, ang nagbabantay sa Israel ay hindi matutulog ni magpapahinga man.

Ang Panginoon ay iyong tagapagtanggol; Siya ay nasa iyong kanan upang ika'y magkabigkis.

*Hindi ka matatamaan ng araw sa araw,
ni ng buwan sa gabi. Iingatan ka ng
Panginoon sa lahat ng kasamaan; Iingatan
niya ang iyong kaluluwa. Iingatan ng
Panginoon ang iyong paglabas at pagpasok
mula ngayon hanggang sa walang hanggan.*

Mayroong isang nagtawag sa awit na ito bilang "awit ng manlalakbay." Ito ay isang magandang awit para sa mga taong naglalakbay sa mundong ito, at ito ay isang awit na dapat nating kilalanin nang mabuti. Ang Diyos ay maaaring gumawa ng mga bagay na nagawa na Niya dati. Siya ay nagpanatili kay Jose sa Ehipto, kay Moises sa harap ni Faraon, kay Daniel sa Babilonya, at pinapangaralan si Elias sa harap ni Ahab sa panahong iyon ng kadiliman. *Lubos akong nagpapasalamat na ang mga ito ay isang tao na tulad din natin.* (Santiago 5:17). Ang nagpapalaki sa kanila ay ang Diyos. Ang dapat nating gawin ay lumapit sa Diyos. Ang tunay na pananampalataya ay ang kahinaan ng tao na dapat na umaasa sa lakas ng Diyos. Kapag walang lakas ang tao, maaari siyang umasa sa Diyos at maging malakas. Ang problema ay mayroon tayong sobrang lakas at tiwala sa ating sarili.

Sinabi ang kaparehong mensahe sa Hebreo 6:17-20:

*Gayundin naman, pinagtibay ng Diyos
ang kanyang pangako sa pamamagitan
ng panunumpa, upang ipakita sa kanyang
mga pinangakuan na hindi mababago ang
kanyang layunin. Hindi nagbabago at hindi*

*nagsisinungaling ang Diyos tungkol sa
dalawang bagay na ito: ang kanyang pan-
gako at sumpa. Kaya't tayong nakatagpo
ng kanyang kalinga ay panatag ang loob na
umaasa sa mga pangako niya. Ang pag-
asang ito ang siyang matibay at matatag
na angkla ng ating buhay, at ito'y umaabot
hanggang sa kabila ng tabing ng templo,
hanggang sa Dakong Kabanal-banalan.
Si Jesus ay naunang pumasok doon alang-
alang sa atin, at naging Pinakapunong Pari
magpakailanman, ayon sa pagkapari ni
Melquisedec.*

Ang mga talatang ito ay mahalagang mga talata para sa
mga taong natatakot na bumagsak, natatakot na hindi
sila makatatagal. Ang trabaho Niya ay panatilihin at
bantayan ang mga tupa. Sino ba ang nakarinig na ang
mga tupa ay nagpunta upang hanapin at ibalik ang pastol?
Marami ang nag-iisip na kailangan nilang panatilihin
ang kanilang sarili at si Kristo rin. Ito ay isang maling
ideya. Ang trabaho ng mabuting pastol ay alagaan ang
kanyang mga tupa at pangalagaan ang mga nananalig sa
Kanya. Ipinangako Niya na gagawin Niya ito. Isang beses
narinig ko na noong namamatay ang isang kapitan ng
dagat, sinabi niya, "Papuri sa Diyos; na nagtataglay ng
lakas ang aming ankor." Nagtitiwala siya kay Kristo. Ang
kanyang ankor ay nakatukod sa matibay na bato. Isang
Irishman ang nagsabi sa isang pagkakataon na siya ay
nawalan ng balanse, ngunit hindi ang Bato. Kailangan
nating magkaroon ng siguradong pagtayo sa batong ito.

Sa 2 Timoteo 1:12, sinabi ni Pablo, *at iyan ang dahilan kaya ako nagdurusa nang ganito. Ngunit hindi ako nahihiya, sapagkat kilala ko ang aking sinasampalatayanan at natitiyak kong maiingatan niya hanggang sa huling araw ang ipinagkatiwala ko sa kanya.* Iyan ang paniniwala ni Pablo.

Noong panahon ng digmaan ng rebelyon, habang naglalakad sa mga ospital ang isa sa mga pastor, nakausap niya ang isang lalaking namamamatay na. Nang malaman niyang Kristiyano ito, nagtanong ang pastor kung sa anong relihiyon o grupo ito nabibilang at sinagot siya ng "Ang paniniwala ni Pablo."

"Methodist ba siya?" tanong ng pastor, dahil lahat ng mga Methodist ay naniniwala kay Pablo. "Hindi." "Presbyterian ba siya?" dahil ang mga Presbyterians ay espesyal kay Pablo.

Hindi," ang sagot.

"Nabibilang ba siya sa Iglesya ng Episcopal?" dahil lahat ng mga kapatid ng Episcopal ay nagtatalo na sila ang may pagmamay-ari sa pangunahing apostol.

"Hindi," hindi siya Episcopalian.

Kung gayon, "Ano nga ang kanyang paniniwala?"

"Ako . . . ay naniniwalang kaya Niyang ingatan ang mga bagay na iniatang sa Kanya hanggang sa araw na iyon." Ito ay isang magandang paniniwala, at ito ay nagbigay ng kapahingahan sa isang sundalong nasa kanyang huling oras na.

Hayaang ang mga takot na ay basahin ang ikadalawampu't apat na talata ng sulat ni Judas: *Ngayon sa Diyos na makapangyarihan upang inyong mapagtagumpayan ang pagkakamali at maipahayag kayo sa harap ng kanyang kaluwalhatian na walang dungis at may kagalakan.*

Tingnan din natin ang Isaias 41:10: *Ako'y sasaiyo, huwag kang matakot, ako ang iyong Diyos, hindi ka dapat mangamba. Palalakasin kita at tutulungan, iingatan at ililigtas.*

Pagkatapos ay tingnan ang ikalabintatlong talata: *Ako si Yahweh na inyong Diyos, ang magpapalakas sa inyo. Ako ang nagsasabi, 'Huwag kayong matakot at tutulungan ko kayo.*

Ngayon, kung ang Diyos ay nakahawak sa aking kanang kamay, hindi ba Niya ako pababayaan o aalagaan? Hindi ba't mayroon Siyang kakayahang alagaan ang isang dukhang makasalanang tulad ko at tulad mo kung tayo ay magtitiwala sa Kanya? Ang dakilang Diyos na lumikha ng langit at lupa ay kayang mag-alaga ng isang mahirap na makasalanan tulad mo at tulad ko kung tayo ay magtitiwala sa Kanya. Ang pag-aalinlangan na magtiwala sa Diyos dahil sa takot sa pagkakamali ay tulad ng isang taong tumanggi sa kapatawaran dahil sa takot na makulong ulit o tulad ng isang nalulunod na taong tumanggi na iligtas dahil sa takot na muling malunod sa tubig.

Maraming tao ang tumitingin sa buhay Kristiyano at natatakot na hindi nila kayang magtagal hanggang sa wakas. Nakalilimutan nila ang pangako na, *Maging mahaba at matatag nawa ang iyong pamumuhay.* (Deuteronomio 33:25). Ito ay nagpapaalala sa akin ng pendulum ng orasan na nawalan ng pag-asa sa paglalakbay ng libu-libong milya, ngunit nang malaman nitong ang distansya ay magagawa sa pamamagitan ng "tick, tick, tick," nagkaroon ito ng bagong lakas para magpatuloy sa araw-araw na paglalakbay. Ito ang espesyal na pribilehiyo ng Kristiyano na ipinagkatiwala ang kanyang sarili sa kalinga ng kanyang Ama sa langit at magtiwala sa Kanya araw-araw. *Nakakapagbigay ng kapanatagan na malaman na hindi mag-uumpisa ang Panginoon ng mabuting gawa ngunit hindi rin ito tatapusin* (Filipos 1:6).

May dalawang uri ng mga nag-aalinlangan. Ang isang uri ay may tunay na mga suliranin at naghahanap ng mga sagot; samantalang ang isa pang uri ay nalilibang lamang sa pag-uusap ngunit ayaw makinig o mag-isip. Akala ko rati na ang huli sa mga uri ay magiging isang pagsubok sa akin, ngunit hindi na nila ako ginagambala ngayon. Inaasahan ko na makasasalubong ko sila sa daan. Ang mga taong may ganiyang katangian ay dating nagpapalibot kay Kristo upang hulihin Siya sa Kanyang mga salita. Sila ay pumapasok sa aming mga pagpupulong upang magkaroon ng diskusyon. Sa kanila, ipinapayo ko ang kay Pablo at kay Timoteo: *Ngunit iwasan mo ang mga kamangmangan at mga walang kabuluhan na pagtatalo, dahil alam mong nagdudulot ito ng mga alitan.* (2 Timoteo 2:23). Maraming bagong nabautismuhan ang nagkakamali sa pamamagitan ng pag-iisip na kailangan nilang ipagtanggol ang buong Bibliya. Hindi ko gaanong naiintindihan ang maraming bagay sa Salita ng Diyos nang ako'y unang nabautismuhan.

Kapag tinatanong ako kung ano ang ginagawa ko sa kanila, sinasabi ko, "Wala akong ginagawa."

"Paano mo sila ipinaliliwanag?"

"Hindi ko sila ipinaliliwanag."

"Anong ginagawa mo sa kanila?"

"Eh, naniniwala ako sa kanila."

At kapag sinabi sa akin, "Hindi ako naniniwala sa kahit ano na hindi ko naiintindihan," simpleng sinasagot ko ng, naniniwala ako.

Maraming mga bagay na hindi ko pa maunawaan at misteryoso para sa akin limang taon na ang nakararaan, pero ngayon ay naliwanagan na ako tungkol sa mga ito. Inaasahan ko na magtatagumpay ako sa pagtuklas ng bagong mga kaalaman tungkol sa Diyos magpakailanman. Hindi ko pinag-uusapan ang mga paksang nagdudulot ng mga pagtatalo. Tulad ng sinabi ng isang matandang mangangaral, kung ang isang tao ay nais kumain ng isda, sinisimulan nito sa pagpili ng mga buto. Ako, sa kabilang banda, ay naghihintay hanggang malinaw na makita ko ang mga bagay bago ko ito pag-usapan. Hindi ako obligado na ipaliwanag ang mga bagay na hindi ko naiintindihan. Ang mga bagay na lihim ay para sa Panginoon nating Diyos, ngunit ang mga bagay na inihayag ay para sa atin at sa ating mga anak magpakailanman. Kinakain ko ang mga ito upang magkaroon ng espirituwal na lakas.

Mayroong magandang payo sa Titus 3:9: *Iwasan mo ang mga walang kabuluhang pagtatalo, ang di matapus-tapos na talaan ng mga ninuno, at ang mga away at alitan tungkol sa Kautusan. Ang mga ito ay walang pakinabang at walang halaga.*

Kung nakakasalamuha ko ang isang tapat na nag-aalinlangan, pinapakitunguhan ko siya nang dahandahan tulad ng pakikitungo ng isang ina sa kanyang maysakit na anak. Wala akong simpatya sa mga taong itinatapon na lamang ang iba at hindi pakikitunguhan dahil lamang ang isang tao ay nag-aalinlangan.

Nasa isang konsultasyon ako kamakailan, at dinala ko ang isang nag-aalinlangan sa Kristyanong babae na matagal ko nang kakilala, sa inaakala kong magagawa niya nang maayos ang pakikipag-usap sa nag-aalinlangan. Ngunit pagtingin ko ulit sa paligid, nakita ko ang nagtatanong ay umalis na sa silid. Nagtanong ako, "Bakit mo siya pinabayaang umalis?"

"Ah, siya ay nag-aalinlangan!" tugon niya. Tumakbo ako papunta sa pinto at hinabol siya. Iniharap ko siya sa isa pang manggagawa na Kristiyano na naglaan ng mahigit isang oras na pag-uusap at panalangin sa kanya. Binisita niya siya at ang kanyang asawa, at sa loob ng isang linggo, ang matalinong babae ay nakaalis sa kanyang pag-aalinlangan at naging aktibong Kristiyano. Kinailangan ng panahon, tamang pakikitungo, at panalangin, ngunit kung ang taong ito ay tapat, dapat nating pakitunguhan siya gaya ng pakikitungo sa atin ng Panginoon.

Narito ang ilang talata para sa mga nagdududa: *Kung talagang nais ninumang sumunod sa kalooban ng Diyos, malalaman niya kung ang itinuturo ko'y mula nga sa Diyos, o kung ang sinasabi ko ay galing lamang sa akin.* (Juan 7:17). Kung ang isang tao ay hindi handang gawin ang kalooban ng Diyos, hindi niya malalaman ang doktrina. Walang mga nag-aalinlangan, na hindi alam na nais ng Diyos na sila ay magbago at iwan ang kasalanan. Kung handa ang isang tao na talikuran ang kasalanan, tanggapin ang liwanag, at magpasalamat sa Diyos para sa mga bagay na ibinibigay Niya, hindi inaasahan na agad ay mauunawaan niya ang buong Bibliya, makakukuha siya ng higit pang liwanag araw-araw, makapagpapatuloy nang hakbang sa hakbang, at papunta sa malinaw na liwanag ng langit.

Sa Daniel 12:10, sinasabi sa atin: *Marami ang dadalisayin at mapapatunayang may malinis na kalooban. Ngunit magpapakasama pa ang masasama, at wala isa man sa kanila ang makakaunawa sa mga bagay na mauunawaan ng marurunong.* Hindi magpapakita ang Diyos ng kanyang mga lihim sa kanyang mga kaaway. Hindi kailanman! At kung patuloy na mamumuhay ang isang tao sa kasalanan, hindi niya malalaman ang mga doktrina ng Diyos.

Sa mga masunurin, si Yahweh'y isang kaibigan, ipinapaunawa niya sa kanila, kanyang kasunduan. (Mga Awit 25:14). Sa Juan 15:15, nakasaad: *Hindi ko na kayo itinuturing na mga alipin, sapagkat hindi alam ng alipin ang ginagawa ng kanyang panginoon. Sa halip, itinuring ko kayong mga kaibigan, sapagkat sinabi ko sa inyo ang lahat ng narinig ko sa aking Ama.* Kapag naging mga kaibigan kayo ni Kristo, malalaman ninyo ang Kanyang mga sikreto. Sinabi ni Yahweh, "Hindi ko dapat ilihim kay Abraham ang aking gagawin," (Genesis 18:17).

Ang mga taong katulad ng Diyos ang pinakamalaki ang posibilidad na makaunawa sa Diyos. Kung hindi handa ang isang tao na humiwalay sa kasalanan, hindi niya malalaman ang kalooban ng Diyos, at hindi rin ibubunyag ng Diyos ang Kanyang mga lihim sa kanya. Ngunit kung handa ang isang tao na humiwalay sa kasalanan, magugulat siya sa dami ng liwanag na papasok!

Naalala ko ang isang gabi nang ang Bibliya ay tila pinakatuyo at pinakamadilim na aklat sa buong kalawakan para sa akin. Ngunit kinabukasan ay nagbago na ito nang lubusan. Akala ko ay nakuha ko na ang susi sa pag-unawa rito. Ako ay ipinanganak ng Espiritu. Ngunit bago ko nalaman ang kaisipan ng Diyos, kailangan ko munang talikuran ang aking mga kasalanan. Naniniwala ako na ang Diyos ay nakikipagkita sa bawat kaluluwa sa puntong handa silang isuko ang sarili, at magtiwala na Siya ang mag-aakay. Ang problema ng karamihan sa mga nag-aalinlangan ay ang kanilang kahambugan. Iniisip nilang mas alam nila kaysa sa Makapangyarihan sa lahat, at hindi sila nagmamalasakit na magpakumbaba. Ngunit sa sandaling ang isang tao ay pumasok sa isang espiritu ng pagtanggap, sila ay pinagpapala. *Ngunit kung ang sinuman sa inyo ay kulang sa karunungan, humingi siya sa Diyos at siya'y bibigyan, sapagkat ang Diyos ay nagbibigay nang sagana at hindi nanunumbat.* (James 1:5).

Kabanata 5

Isang Banal na Tagapagligtas

*Kayo po ang Cristo, ang Anak ng Diyos na
buháy.* (Mateo 16:16; Juan 6:69)

May isang pangkat ng mga nag-aalinlangan sa
kabanalan ni Kristo. Maraming talata ang nag-
papaliwanag tungkol sa paksa na ito. Sa 1 Corinto 15:47,
sinasabi sa atin, *Ang unang Adan ay mula sa lupa,
sapagkat nilikha siya mula sa alabok; ang pangalawang
Adan ay mula sa langit.*

Sinabi sa 1 Juan 5:20, *At nalalaman nating naparito
na ang Anak ng Diyos at binigyan niya tayo ng pang-
unawa upang makilala natin ang tunay na Diyos, at tayo'y
nasa tunay na Diyos, sa kanyang Anak na si Jesu-Cristo.
Siya ang tunay na Diyos at buhay na walang hanggan.*

Basahin natin ang Juan 17:3: *At ito ang buhay na
walang hanggan: ang makilala ka nila na iisang tunay
na Diyos, at si Jesu-Cristo na iyong isinugo.*

Pagkatapos, tingnan natin ang Mark 14:60-64:

Tumayo ang pinakapunong pari sa harap
ng kapulungan at tinanong si Jesus,
Wala ka bang isasagot sa paratang nila
sa iyo? Ngunit hindi umimik si Jesus at
hindi sumagot ng anuman. Muli siyang
tinanong ng pinakapunong pari, Ikaw nga
ba ang Cristo, ang Anak ng Kapuri-puri?
Sumagot si Jesus, Ako nga. Makikita ninyo
ang Anak ng Tao na nakaupo sa kanan
ng Makapangyarihan at dumarating na
nasa mga ulap ng kalangitan. Pinunit ng
pinakapunong pari ang kanyang kasuotan
at sinabi, "Kailangan pa ba natin ng mga
saksi? Narinig ninyo ang kanyang paglapas-
tangan sa Diyos! Ano ang inyong pasya? At
nagkaisa silang lahat na hatulan siya ng
kamatayan.

Ang nagtulak sa akin upang maniwala sa kabanalan ni Kristo ay ito: Hindi ko alam kung paano iaalok o ilalarawan si Kristo o ano ang dapat kong gawin sa Kanya, kung hindi Siya ang kabanalan. Noong ako'y bata pa, akala ko Siya'y isang mabuting tao katulad nina Moises, Jose, o Abraham. Pati na rin ang paniniwalang Siya ang pinakamabuting tao na nabuhay sa mundo. Ngunit natuklasan ko na may mas mataas na pagka-kakilanlan kay Kristo. Sinabi Niyang Siya'y tao at iisa sa Diyos, na Siya'y banal, at nagmula sa langit. Sinabi niya, *bago pa ipinanganak si Abraham, 'Ako ay Ako*

Na (Juan 8:58). Hindi ko ito maunawaan, at napilitan akong magkaroon ng konklusyon – at hinahamon ko ang sinumang tapat na tao na tututol sa aking pagsusuri o lalabanan ang aking argumento – na si Hesus Kristo ay maaaring huwad o manloloko, o Siya ay ang Diyos na Tao – ang Diyos na nagpakita sa laman.

Narito ang ilang mga dahilan kung bakit ganito ang Kanyang pagiging kabanalan. Ang unang utos ay: *Huwag kang sasamba sa ibang diyos, maliban sa akin.* (Exodo 20:3). Tingnan natin ang milyon-milyong sumasamba kay Hesus Kristo bilang Diyos sa buong mundo. Kung si Hesus ay hindi Diyos, ito ay pagsamba sa diyos-diyusan. Lahat tayo ay may kasalanan sa paglabag sa unang utos, kung si Hesus Kristo ay isang simpleng tao lamang, isang nilikha, at hindi ito ang Kanyang sinasabi.

May mga taong hindi naniniwala sa Kanyang kabanalan mayroong nagsasabi na Siya ay ang pinakamabuting tao na nabuhay; ngunit kung hindi Siya banal, hindi dapat Siya ituring na mabuting tao, dahil Siya ay nang-angkin ng karangalan at dangal na ayon sa mga taong ito ay wala Siyang karapatan o titulo. Ito ay maglalagay sa Kanya bilang isang manlilinlang.

May iba pang nagsasabi na inakala lamang Niya na Siya ay banal, pero Siya ay nalinlang, parang si Hesus Kristo ay nadala sa isang kamalian at naligaw sa Kanyang pag-iisip at iniisip na Siya ay higit pa sa Kanyang dapat maging. Hindi ko na kayang maunawaan ang mas mababang opinyon tungkol kay Hesus Kristo kaysa rito. Hindi lamang ito maglalagay sa Kanya bilang isang manlilinlang kundi magpapahiwatig din na Siya ay nawalan ng katinuan at hindi alam kung sino Siya o kung saan Siya nanggaling. Ngayon, kung si Hesus Kristo ay hindi ang sinasabing Niyang Kanyang pagkakakilanlan – ang Tagapagligtas ng mundo – at kung hindi Siya nagmula sa langit, Siya ay isang malinaw na manlilinlang.

Pero paano mapapansin ng sinuman sa buhay ni Hesus Kristo na Siya ay isang impostor? Karaniwang may motibo ang isang tao para maging impostor. Ano ang motibo ni Kristo? Alam Niya na ang landas na Kanyang tinahak ay dadalhin Siya sa krus, na ang Kanyang pangalan ay itatapon bilang walang halaga, at maraming tagasunod Niya ang magbubuwis ng buhay dahil sa Kanya. Halos lahat ng apostol ay naging mga martir at itinuturing na basura sa gitna ng mga tao. Kung ang isang tao ay impostor, mayroon siyang motibo sa likod ng kanyang pagkukunwari. Pero ano ang motibo ni Kristo? Ang talaan ay nagsasabi: *pumunta siya sa iba't ibang dako upang gumawa ng kabutihan sa mga tao* (Gawa 10:38). Ito ay hindi gawa ng isang impostor. Huwag hayaang lokohin ka ng kaaway ng iyong kaluluwa.

Sa Juan 5:21-23 ay nakasaad:

Kung paanong ibinabangon ng Ama ang mga patay at binibigyan sila ng buhay, gayundin naman, binubuhay ng Anak ang sinumang nais niyang buhayin. [22] Hindi humahatol kaninuman ang Ama, sa halip ay ibinigay na niya sa Anak ang buong kapangyarihang humatol upang maparan- galan ng lahat ang Anak, tulad ng kanilang

pagpaparangal sa Ama. Ang hindi nagpa-
parangal sa Anak ay hindi nagpaparangal
sa Ama na nagsugo sa Anak.

Tama, ayon sa batas ng mga Hudyo, kung ang isang tao ay nagsasalita nang walang katotohanan, kailangan siyang patayin; kung si Hesus Kristo ay tanging tao lamang, malinaw na kabalintunaan ang sabihin na " Ang sinumang hindi nagbibigay ng pagpaparangal sa Anak ay hindi nagbibigay ng pagpaparangal sa Ama na nagsugo sa Kanya." Ito ay direktang kabalintunaan kung si Kristo ay hindi banal. Kung si Moses o Elijah o Elisha o kahit sinong taong may buhay man ang nagsabi, "Dapat mo akong purihin tulad ng pagsamba mo sa Diyos" at nagpatong ng kanyang sarili sa antas ng Diyos, ito ay magiging ganap na kabalintunaan.

Pinatay ng mga Hudyo si Kristo dahil sinabi nila na hindi Siya ang sinasabing Siya. Batay sa patotoo nila, Siya ay inilagay sa ilalim ng panunumpa. Sinabi ng mataas na saserdote, *Iniuutos ko sa iyo sa ngalan ng Diyos na buháy, sabihin mo sa amin kung ikaw nga ang Cristo, ang Anak ng Diyos.* (Mateo 26:63). *Pinaligiran siya ng mga Judio at sinabi sa kanya, "Hanggang kailan mo kami paghihintayin? Kung ikaw nga ang Cristo, sabihin mo na nang maliwanag. Sinabi ni Jesus, Ako at ang Ama ay iisa. Muling dumampot ng bato ang mga Judio upang batuhin si Jesus* (Juan 10:24, 30-31). Sinabi nila na hindi nila nais pang makinig, sapagkat iyan ay paghihimagsik. Ito ay dahil sa pagpapahayag ni Hesus na Siya ay Anak ng Diyos, kaya Siya'y hinatulan at ipinako sa krus (Mateo 26:63-66).

Kung si Hesus Kristo ay tanging isang tao lamang, tama ang mga Judio ayon sa kanilang batas na ipapatay siya. Sa Leviticus 24:16, nakasaad, *Ang lumapastangan sa pangalan ni Yahweh, maging katutubong Israelita o dayuhan, ay babatuhin ng taong-bayan hanggang sa mamatay.* Ang batas na ito ay nag-uutos na ipapatay ang sinumang nanlait sa pangalan ng Panginoon. Ang pahayag na Siya ay nagmula sa Diyos ang nagdulot sa Kanyang kamatayan, at ayon sa Mosaic Law, dapat Siyang parusahan ng kamatayan. Sa Juan 16:15, sinabi ni Hesus, *Ang lahat ng sa Ama ay sa akin, kaya ko sinabing tatanggapin ng Espiritu ang mula sa akin at ipahahayag niya ito sa inyo.* Paano Niya magagamit ang ganitong pahayag kung tanging isang mabuting tao lamang Siya? Walang kahit na anong pagdududa sa isip ko tungkol dito dahil sa aking pagiging Kristiyano. Isang kilalang makasalanan ay nagtanong minsan kung paano niya mapatutunayan na si Kristo ay Diyos. Ang kanyang sagot, "siya ang nagligtas sa akin; iyan ay isang magandang patunay, hindi ba?"

Sa isang pagkakataon, may isang hindi naniniwala na nagsabi sa akin, "Nagsasaliksik ako tungkol sa buhay ni Juan Bautista, Mr. Moody. Bakit hindi mo siya mas ipinangangaral? Mas dakila siya kaysa kay Kristo. Mas magiging epektibo ang ginagawa mo."

Sinabi ko sa kanya, "Kaibigan, ikaw ang mangaral tungkol kay Juan Bautista, at susundan kita at mangangaral ako tungkol kay Kristo, at titingnan natin kung sino ang makagagawa ng mas maraming kabutihan."

"Susundan kita dahil ang mga tao ay sobrang mapanlinlang," sabi niya.

Ah! Si Juan ay napugutan ng ulo, at ang kanyang mga alagad ay nagsilbi para hingin ang kanyang katawan at ilibing ito, ngunit si Kristo ay nabuhay mula sa mga patay. *At sa dakong matataas doon siya nagpupunta, umaahon siya roon, mga bihag ang kasama; kaloob mang nagbubuhat sa tauhang nag-aalsa,* (Mga Awit 68:18). Buhay si Kristo. Maraming tao ang hindi pa nakadiskubre na nabuhay si Kristo mula sa kanyang libingan. Sila ay sumasamba sa isang patay na Tagapagligtas. Sila ay katulad ni Maria, na nagsabi, *Kinuha nila ang aking Panginoon at hindi ko alam kung saan siya inilagay* (Juan 20:13). Iyan ang problema ng mga nagdududa sa kaharian ng Diyos na ating Panginoon.

Tingnan natin sa Mateo 18:20: *Sapagkat saanman may dalawa o tatlong nagkakatipon sa pangalan ko, naroon akong kasama nila.* Kung si Hesus ay isang simpleng tao lamang, paano Siya naroroon sa kanilang gitna? Malalakas na teksto ang mga ito. Sa Mateo 28:18: *Lumapit si Jesus at sinabi sa kanila, "Ibinigay na sa akin ang lahat ng kapangyarihan sa langit at sa lupa.* Maari bang siya ay simpleng tao lamang at magsalita nang ganoon? *Ibinigay na sa akin ang lahat ng kapangyarihan sa langit at sa lupa.* Basahin ang Mateo 28:20: *Turuan ninyo silang sumunod sa lahat ng iniutos ko sa inyo. Tandaan ninyo, ako'y laging kasama ninyo hanggang sa katapusan ng panahon. Kung siya ay simpleng tao lamang, paano siya sumasaiyo sa atin? Gayunpaman, sinabi niya, Tandaan ninyo, ako'y laging kasama ninyo hanggang sa katapusan ng panahon.*

Ngayon, tingnan natin ang Mark 2:7-9:

Bakit siya nagsasalita nang ganoon?
Nilalapastangan niya ang Diyos! Hindi
ba't ang Diyos lamang ang makakapag-
patawad ng kasalanan? Alam ni Jesus ang
kanilang iniisip kaya't sinabi niya agad,
"Bakit kayo nag-iisip nang ganyan? Alin ba
ang mas madali, ang sabihin sa paralitiko,
'Pinapatawad na ang mga kasalanan mo,' o
ang sabihing, 'Tumayo ka, bitbitin mo ang
iyong higaan at lumakad ka'?

May ilang mga lalaki na makakausap mo at sasabihin sa iyo, "Hindi ba si Eliseo rin ay bumuhay ng patay?" Obserbahan na sa mga pagkakataon bibihira lamang na bumuhay ng patay ang mga tao, ginawa nila ito sa pamamagitan ng kapangyarihan ng Diyos. Sila ay tumawag sa Diyos upang gawin ito. Ngunit noong si Kristo ay naririto sa mundo, hindi na Niya kailangang tumawag sa Ama upang ibalik sa buhay ang mga patay. Nang pumunta Siya sa bahay ni Jairus, sinabi Niya, *Ineng, bumangon ka!* (Mark 5:41).

May kapangyarihan Siya upang magbigay ng buhay. Nang dalhin nila ang binatang lalaki mula sa Nain, naawa si Hesus sa balo at hinipo ang kabaong at sinabi, *Binata, sinasabi ko sa iyo, bumangon ka!* (Lucas 7:14). Siya'y nagsalita, at ang patay ay nabuhay. Nang ibangon Niya si Lazaro, tinawag Niya ito nang malakas, Lazaro, lumabas ka! (Juan 11:43). Si Lazaro ay nakarinig at lumabas. May isang nagsabi na mabuti na binanggit ang pangalan ni Lazaro, dahil kung hindi, lahat ng mga patay na malapit sa tinig ni Kristo ay agad na bumangon.

Sa Juan 5:25, sinabi ni Hesus, Pakatandaan ninyo na darating ang oras, at ngayon na nga, na maririnig ng mga patay ang tinig ng Anak ng Diyos at ang sinumang makinig sa Kanya ay mabubuhay. Anong kasalanan ito kung hindi Siya panginoon? Ang patunay ay nakakapanindig-balahibo, kung titingnan lamang ang Salita ng Diyos.

At isa pang bagay – walang mabuting tao maliban kay Hesus Kristo ang nagpapahintulot sa sinuman na sumamba sa Kanya. Kapag ginawa ito, hindi Niya pinipigilan ang sumasamba. Sa Juan 9:38, nababasa natin na nang makita ng bulag si Kristo, sinabi niya, Sumasampalataya po ako, Panginoon!" sabi ng lalaki. At sinamba niya si Hesus. Hindi pinigilan ng Panginoon ang kanyang pagsamba.

Sa Apocalipsis 22:6-9 nakasaad:

> *At sinabi sa akin ng anghel, Maaasahan at totoo ang mga salitang ito. Ang Panginoon, ang Diyos ng mga espiritu ng mga propeta, ang siyang nagsugo sa kanyang anghel upang ihayag sa mga lingkod niya ang mga bagay na magaganap sa lalong madaling panahon. At sinabi ni Jesus, Makinig kayo! Darating na ako! Pinagpala ang sumusunod sa mga salita ng propesiya na nasa aklat na ito! Akong si Juan ang nakarinig at nakakita sa lahat ng ito. Matapos kong marinig at makita ang lahat, ako'y nagpatirapa sa paanan ng anghel na nagpakita sa akin ng mga ito upang siya'y sambahin.*[9]

Ngunit sinabi niya, "Huwag mong gawin iyan! Ako ma'y aliping tulad mo, at tulad din ng iyong mga kapatid na propeta at ng lahat ng sumusunod sa mga salita sa aklat na ito. Ang Diyos ang sambahin mo!"

Nakikita natin dito na hindi pinahintulutan ng anghel na sambahin si Juan. Kahit anghel mula sa langit! At kung si Gabriel ay bumaba rito mula sa kaharian ng Diyos, magiging kasalanan pa rin na sambahin siya o kahit sino mang kerubin, o si Michael o ang kahit sino mang arkanghel. Sambahin ang Diyos! Kung hindi Diyos na nagkatawang-tao si Hesus Kristo, tayo ay nagkasala sa pagsamba sa Kanya. Sa Mateo 14:33 nakasaad: *at sinamba siya ng mga nasa bangka. "Tunay nga pong kayo ang Anak ng Diyos!* sabi nila. Hindi sila pinagbawalan ni Hesus. Sa Mateo 8:2, nakasaad: *Lumapit sa kanya ang isang taong may ketong, lumuhod sa harapan niya, at sinabi, "Panginoon, kung nais po ninyo, ako'y inyong mapapagaling at magagawang malinis.* Tingnan natin ang Mateo 15:25: *Ngunit lumapit sa kanya ang babae, lumuhod ito at nagmakaawa, "Tulungan po ninyo ako, Panginoon.*

Marami pang ibang mga talata, pero sa tingin ko ay sapat na ang mga ito upang patunayan ang kahalagahan ng ating Panginoon na Siyang nagpapatunay ng Kanyang kaharian nang walang pag-aalinlangan.

Sa Mga Gawa 14, sinabi sa atin na ang mga tao sa Lystra ay pumunta roon at nag-alay ng mga korona at handog kay Pablo at Bernabe dahil sa kanilang pagpapagaling sa isang lumpo, ngunit sinira ng dalawang ebanghelista ang kanilang damit at sinabing sila ay mga tao lamang at hindi dapat sinasamba, parang ito ay isang malaking kasalanan. Kung si Hesus Kristo ay isang simpleng tao lamang, tayong lahat ay nagkasala ng isang malaking kasalanan sa paglilingkod sa Kanya.

Ngunit kung Siya ay gaya ng aming paniniwala, Siya ang bugtong na Anak ng Diyos na lubos na minamahal, ating tanggapin ang Kanyang mga pangako. Mamalagi tayo sa Kanyang kamangha-manghang gawain para sa ating kaligtasan at maglingkod sa Kanya sa lahat ng araw ng ating buhay.

Pagsisisi at Pagbabalik-loob

*Ngayon ay iniuutos Niya sa lahat ng tao
sa bawat lugar na magsisi't talikuran
ang kanilang masamang pamumuhay.*
(Mga Gawa 17:30)

Ang pagsisisi ay isa sa mga pangunahing doktrina ng Bibliya, ngunit sa paniniwala ko, ito ay isa sa mga katotohanang hindi masyadong nauunawaan ng mga tao ngayon. Mas maraming tao ngayon ang nasa kalituhan at kadiliman tungkol sa pagsisisi, pagbabago ng puso, pagbabayad-sala, at mga katulad na pangunahing katotohanan kaysa sa anumang iba pang doktrina, kahit na ito ay narinig na natin mula sa ating mga unang taon. Kung hihingiin ko ang kahulugan ng pagsisisi, marami ang magbibigay ng kakaiba at maling paliwanag dito.

Ang isang tao ay hindi handa na maniwala o tumanggap ng ebanghelyo maliban kung handa siyang magpakumbaba sa kanyang mga kasalanan at magbalik-loob sa Diyos. Bago nakilala ni Juan Bautista si Kristo, mayroon siyang isang mensahe lamang: *Magsisi kayo at talikuran ang inyong mga kasalanan sapagkat malapit nang dumating ang kaharian ng langit!* (Mateo 3:2). Ngunit kung patuloy siyang magpapahayag ng ganitong mensahe at hindi ituturo ang mga tao kay Kristo, ang Kordero ng Diyos, hindi niya magagampanan nang lubos ang kanyang tungkulin.

Nang dumating si Kristo, kinuha niya ang parehong sigaw sa ilang:

Magmula noon ay nangaral si Jesus. Itinuturo niyang, "Magsisi kayo at talikuran ang inyong mga kasalanan sapagkat malapit nang dumating ang kaharian ng langit. (Mateo 4:17). Nang magpadala ang Panginoong Hesus ng Kanyang mga disipolo, ito ay kasama ng parehong mensahe – *ang mga tao ay dapat magsisi at tumalikod sa kanilang mga kasalanan* (Marcos 6:12). Pagkatapos na luwalhatiin si Hesus at nang bumaba ang Banal na Espiritu, si Pedro ay nagsabi ng parehong sigaw sa araw ng Pentecostes: *Magsisi.* Ito ang pangangaral na nagdulot ng kamangha-manghang mga resulta (Mga Gawa 2:38-47). Nang pumunta si Pablo sa Atenas, siya rin ay nagpahayag ng parehong sigaw: *Sa mga nagdaang panahon ay pinalampas ng Diyos ang di pagkakilala sa kanya ng mga tao, ngunit ngayon ay iniuutos niya sa lahat ng tao sa bawat lugar na magsisi't talikuran ang kanilang masamang pamumuhay* (Mga Gawa 17:30).

Bago ko sabihin kung ano ang kahulugan ng pagsisisi, ipaliliwanag ko muna kung ano ang hindi kahulugan ng pagsisisi.

Ang pagsisisi ay hindi takot. Maraming tao ang naguguluhan sa dalawang bagay na ito. Iniisip nilang dapat silang matakot at mabahala, at maghihintay sila ng isang uri ng takot na darating sa kanila. Marami ang nababahala ngunit hindi talaga nagsisisi. Sa mga pagkakataon, kapag mayroong malakas na bagyo sa dagat, ang mga tao na rati ay nagmumura ay biglang tumitigil at humihingi ng awa sa Diyos sa gitna ng panganib. Ngunit hindi natin masasabi na sila ay nagsisi, dahil kapag natapos na ang bagyo, sila ay nagmumura pa rin tulad ng dati. Maaaring isipin mo na nagsisi ang hari ng Ehipto nang magpadala ang Diyos ng mga nakatatakot na salot sa kanyang lupain, ngunit hindi ito tunay na pagsisisi. Sa sandaling inihiwalay ng Diyos ang kanyang kamay, mas matigas pa ang puso ng Faraon kaysa rati. Hindi siya nagbago at nanatiling iisa pa rin. Walang tunay na pagsisisi na nangyari roon.

Madalas, kapag dumating ang kamatayan sa isang pamilya, parang magdudulot ito ng pagbabago sa lahat ng nasa bahay, ngunit sa loob ng anim na buwan, lahat ay pwedeng makalimutan. Maaaring ilan sa mga nagbabasa nito ay nakaranas na ng ganito. Kapag mabigat ang kamay ng Diyos sa kanila, tila magkakaroon sila ng pagsisisi, ngunit kapag natanggal na ang pagsubok, nawawala na rin ang epekto.

Ang pagsisisi ay hindi lamang pakiramdam. Maraming tao ang naghihintay ng tiyak na uri ng pakiramdam bago sila magbalik-loob sa Diyos. Gusto nilang bumalik sa Diyos pero iniisip nilang hindi ito magagawa hanggang hindi pa sila nakararamdam ng kakaibang emosyon. Noong ako ay nasa Baltimore, ako ay nangangaral tuwing Linggo sa piitan para sa siyam na raang nakabilanggo roon. Halos wala akong nakitang taong hindi miserable; sobrang dami nilang pakiramdam. Sa unang linggo o sampung araw ng kanilang pagkabilanggo, marami sa kanila ang halos araw-araw na umiiyak. Ngunit pagkatapos nilang makalaya, karamihan sa kanila ay bumalik sa kanilang dating buhay. Sa totoo lang, nakararamdam sila ng sama ng loob dahil nahuli sila; iyon lang ang totoo. Minsan nakikita natin na ang mga tao ay nagpapakita ng maraming damdamin sa panahon ng kanilang mga pagsubok, pero madalas ay dahil lang ito sa kanilang naging kaguluhan - hindi dahil sa tunay na pag-aalala dahil sa kanilang mga kasalanan o dahil sa sinasabi ng kanilang konsensiya na sila ay nagkasala sa harap ng Diyos. Mukhang magdudulot ng tunay na pagsisisi ang kanilang mga pagsubok, ngunit ang pakiramdam ay madalas na lumipas.

Ang pagsisisi ay hindi ang pag-aayuno at pagpapahirap sa katawan. Maaaring mag-ayuno ang isang tao ng ilang linggo, buwan, at taon ngunit hindi pa rin magkakaroon ng pagsisisi sa kahit isang kasalanan.

Ang pagsisisi ay hindi pagkakonsensya. Si Judas ay lubhang nakokonsensya – sapat upang umalis siya at magbigti – ngunit hindi ito pagsisisi. Naniniwala ako na kung siya ay pumunta sa kanyang Panginoon, nagpatirapa sa kanyang mukha, at ipinahayag ang kanyang kasalanan, maaaring siya ay pinatawad. Sa halip, siya ay pumunta sa mga pari at pagkatapos ay tinapos ang kanyang buhay. Ang isang tao ay maaaring gawin ang lahat ng uri ng pagpapakasakit, ngunit walang tunay na pagsisisi roon. Tandaan ito. Hindi mo matutugunan ang mga pangangailangan ng Diyos sa pamamagitan ng pag-aalay ng bunga ng iyong katawan para sa kasalanan ng iyong kaluluwa. Lumayo sa ganitong ilusyon!

Ang pagsisisi ay hindi pagkakaroon ng panini-wala sa kasalanan. Ito ay maaaring maging kakaiba sa ilang tao. Nakita ko ang mga taong napakalalim ang pagkakakonsensya sa kasalanan at hindi sila makatulog sa gabi. Hindi nila makuhang lasapin ang kahit isang pagkain. Nagpatuloy sila sa ganitong kalagayan ng ilang buwan, at gayunman hindi sila nabago. Hindi sila tunay na nagsisi. Huwag ikalito ang konsiyensiya sa kasalanan sa pagsisisi.

Ang pagsisisi ay hindi panalangin lamang. Ito ay maaaring maging kakaiba sa ilang tao. Maraming tao na kapag sila ay nag-aalala tungkol sa kaligtasan ng kanilang kaluluwa, ay nagsasabi, "Magdadasal ako at magbabasa ng Bibliya." Iniisip nila na ito ay magdudulot ng ninanais na epekto, ngunit hindi ito magaganap. Maaaring magbasa ka ng Bibliya at umiyak nang malakas sa Diyos ngunit hindi ka pa rin nagsisisi. Maraming tao ang umiiyak nang malakas sa Diyos ngunit hindi naman nagsisisi.

Ang pagsisisi ay hindi ang pagpigil sa isang kasala-nan. Maraming tao ang nagkakamali riyan. Isang lalaki na naging lasingero ay maaaring mangako na titigilan na niya ang kanyang pag-inom. Ang pagpigil sa isang kasalanan ay hindi pagsisisi. Ang pag-iwas sa isang bisyo ay parang pagputol ng isang sanga ng puno samantalang kailangan paring putulin ang buong puno. Ang isang taong mapusok sa pagsasalita ay tumitigil sa pagmumura; iyon ay maganda. Ngunit kung hindi siya lilisan sa bawat kasalanan, hindi ito pagsisisi; hindi ito ang gawain ng Diyos sa kaluluwa. Kapag gumagawa ang Diyos, kanyang tinatanggal ang buong puno. Gusto niyang lisanin mo ang bawat kasalanan.

Kung sakaling ako ay nasa isang barko sa gitna ng karagatan, at napansin kong may tatlo o apat na butas ang barko. Pwede kong tapalan ang isa sa mga butas, ngunit lulubog pa rin ang barko. O kaya naman kung ako ay nasugatan sa tatlo o apat na bahagi ng aking katawan, at nakahanap ako ng lunas para sa isa sa mga sugat; kung hindi naman napapansin ang dalawa o tatlong sugat, maaari pa ring mawala ang aking buhay. Ang tunay na pagsisisi ay hindi lamang pagtalikod dito o sa partikular na kasalanan.

Paano nga ba natin maipaliliwanag ang pagsisisi? Ito ang magandang depinisyon: ito ay "tungo sa tamang direksyon o ganap na pagbabago!" Sa wika ng mga taga-Ireland, ang salitang pagsisisi ay mas nangangahulugang "pagtalikod sa dating direksyon!" Ibig sabihin, kung ikaw ay naglalakad patungo sa isang direksyon, hindi lamang ikaw ay lilingon, kundi ikaw ay maglalakad sa ganap na kabaliktaran ng iyong dating direksyon. *Nais kong siya'y magbagong-buhay. Sabihin mo ngang magbagong-buhay sila pagkat di sila dapat mamatay sa kanilang kasamaan* (Ezekiel 33:11). Maaring may-roon kang kaunti o matinding damdamin, ngunit kung hindi ka tatalikod mula sa kasalanan, hindi ka rin mapatatawad ng Diyos.

Ang pagsisisi ay maaari ring ilarawan bilang pagbabago ng isipan. Halimbawa, sinabi ni Kristo ang parabulang ito: *May isang taong may dalawang*

anak na lalaki. Lumapit siya sa nakatatanda at sinabi,
Anak, pumunta ka ngayon sa ubasan at magtrabaho ka
roon. Ayoko po, tugon nito, ngunit nagbago ito ng pasya
at nagtrabaho sa ubasan (Mateo 21:28-29). Marahil ay
sinabi niya sa kanyang sarili, "Hindi ako nagsalita ng
may paggalang sa aking ama. Hiniling niya sa akin
na pumunta at magtrabaho, at sinabi ko sa kanya na
hindi ako pupunta. Siguro mali ako." Pero kung hindi
pa rin siya pumunta, hindi pa rin ito pagbabago ng
kanyang kalooban. Pero pumunta siya. Hindi lamang
siya nakumbinsi na mali siya, ngunit pumunta siya sa
hardin at nagtrabaho. Ito ang depinisyon ni Kristo ng
pagsisisi. Kung ang isang tao ay nagsabi, "Sa tulong ng
Diyos, iiwan ko ang aking kasalanan at gagawin ang
kalooban Niya," iyan ang pagsisisi - isang ganap na
pagbabago ng direksyon.

May nagsabi na ang tao ay ipinanganak na nakaha-
rap ang kanyang mukha palayo sa Diyos. Ngunit kapag
siya'y tunay na nagsisisi, siya'y hinaharap pabalik sa
Diyos; iiwan na niya ang kanyang dating buhay.

Maari bang magsisi agad ang isang tao? Oo naman.
Hindi naman kailangan ng matagal na panahon para
magbago ang isang tao. Hindi kailangan ng anim na
buwan para magbago ang isip ng isang tao. May isang
barko na lumubog kamakailan lang sa baybayin ng
Newfoundland. Noong papalapit ito sa dalampasigan,
nag-utos sana ang kapitan na tingnan ang mga makina
at bumalik. Kung nagawa sana ito sa sandaling iyon,
maayos pa sana ang barko. Ngunit may sandaling
nagiging huli na. Ganun din sa bawat buhay ng tao,
naniniwala ako na may sandaling maaring magpasya

at sabihing "Dahil sa biyaya ng Diyos, hindi na ako lalayo pa at pupunta sa kamatayan at kasiraan. Ako ay nagsisisi sa aking mga kasalanan at magbabago na." Maaring sabihin mo na kulang ka ng damdamin, ngunit kung alam mong nasa maling landas ka, humarap ka at sabihin, "Hindi na ako magpapatuloy sa paghihimagsik at kasalanan tulad ng dati."

Sa oras na handa ka nang lumapit sa Diyos, maaari mo nang matamo ang kaligtasan. Napapansin ko sa bawat talaan ng pagbabalik-loob sa Bibliya na ito ay biglaan. Ang pagsisisi at pananampalataya ay bigla na lang dumating. Sa sandaling magpasya ang tao, binibigyan siya ng Diyos ng lakas. Hindi hinihingi ng Diyos sa kanyang mga nilikha ang hindi nila kayang gawin. Hindi niya hihilingin *na lahat ng tao sa bawat lugar na magsisi't talikuran ang kanilang masamang pamumuhay kung hindi nila ito kayang gawin* (Mga Gawa 17:30). Walang ibang dapat sisihin kundi ikaw lamang mismo kung hindi ka magbabago at mananampalataya sa ebanghelyo.

Isang kilalang ministro ng ebanghelyo sa Ohio ay sumulat sa akin ng liham kamakailan lamang, kung saan kanyang iniulat ang kanyang pagbabalik-loob sa Diyos. Ito ay matibay na nagpapakita ng biglaang pagpapasya. Aniya:

> Labing-siyam na anyos pa lamang ako at nag-aaral ako ng batas kasama ang isang Kristiyanong abogado sa Vermont. Isang hapon, nang wala siya sa bahay, ang kanyang mabuting asawa ay nagsabi sa akin

habang papasok ako sa bahay, "Gusto kong isama mo ako sa klase mamaya upang maging Kristiyano ka at ikaw ang mag-papalakad ng pamilyang pagsamba rito habang wala ang aking asawa."

"Sige, gagawin ko iyan" sabi ko nang walang pag-aalinlangan. Pagpasok ko sa bahay ulit, tinanong niya ako kung totoo ba ang sinabi ko. Sumagot ako, "Oo, kung sa pagsama sa iyo sa pagpupulong ang pag-uusapan, iyan ay kahit paano'y pagiging magalang lamang."

Sumama ako sa kanya sa klase, tulad ng ginagawa ko nang madalas noon. Mayroong labing- dalawang tao sa maliit na silid-aralan. Ang lider ay nakikipag-usap sa lahat ng nasa silid maliban sa akin at sa dalawang iba pa. Nakikipag-usap siya sa katabi ko nang bigla kong maisip, "Tatanungin niya ako kung mayroon akong gustong sabihin." Sinabi ko sa sarili ko, "Napagpasyahan ko na noon pa man na maging Kristiyano; bakit hindi ngayon na?"

Sa loob ng hindi lalampas sa isang minuto matapos ko itong isipin, sinabi niya sa akin, nagsasalita sa isang pamilyar na tono - dahil kilala niya ako nang mabuti - "Kapatid kong Charles, mayroon ka bang gustong sabihin?"

Sumagot ako nang may kalmadong tono, "Opo, nakapagpasya ako sa nakalipas na tatlumpung segundo na mag-umpisa ng Kristyanong buhay at nais ko na ipanalangin ninyo ako."

Nagulat siya sa aking pagiging kalmado. Halos nagduda ata siya sa aking sinseridad. Hindi siya masyadong nagsalita, ngunit lumapit siya at nakipag-usap sa dalawang iba pa. Matapos ang ilang pangkalahatang mga pahayag, lumapit siya sa akin at sinabi, "Kapatid na Charles, maaari mo bang tapusin ang pulong sa pamamagitan ng panalangin?"

Alam niya na hindi pa ako nagdarasal sa harap ng maraming tao. Sa sandaling ito, wala akong naramdaman. Ito ay isang seryosong usapan. Una kong naisip ay hindi ako makapagdarasal at hihilingin ko sa kanya na huwag na ako magdasal. Ngunit ang pangalawang naisip ko ay nasabi ko na mag-uumpisa akong maging isang Kristiyano at ito ay bahagi ng pagiging Kristiyano. Kaya sinabi ko, "Magdasal tayo." At sa pagitan ng oras na nagsimula akong lumuhod at paglapat ng aking tuhod sa sahig, binago ng Panginoon ang aking kaluluwa.

Ang unang salita ko ay "Papuri sa Diyos!"
Hindi ko na alam kung ano pa ang sinabi
ko pagkatapos, pero hindi na ito mahalaga
dahil ang aking kaluluwa ay puno nang
sobrang kagalakan. Mula sa oras na iyon,
hindi na naglakas-loob ang demonyo na
hamunin ang aking pagbabalik-loob sa
Diyos. Sa Diyos lamang ang lahat ng papuri.

Maraming tao ang naghihintay para sa isang uri ng
mahimalang pakiramdam na dumating sa kanila -
isang misteryosong uri ng pananampalataya. May
kausap akong lalaki ilang taon na ang nakalipas, at
palaging iisa ang sagot sa akin. Sa loob ng limang taon
sinubukan kong ipakilala sa kanya si Kristo, at bawat
taon ay sinasabi niya,

"Hindi pa ito nararamdaman."

"Kapatid, ano ang ibig mong sabihin? Anong hindi
pa dumating sa iyo?"

"Eh," sabi niya, "Hindi ako magiging Kristiyano
hangga't hindi pa ako nadadampian, at hindi pa ako
natatamaan. Hindi ko nakikita kung paano mo nakikita."

"Pero hindi mo ba alam na ikaw ay makasalanan?"

"Oo, alam ko na ako ay makasalanan."

"Eh, alam mo ba na gusto ng Diyos na magmahal at
magbigay ng kapatawaran sa iyo? Gusto Niya na ikaw
ay magsisi at lumapit sa Kanya."

"Oo, alam ko iyan, pero hindi pa ako nakararam-
dam ng ganun katinding pananampalataya."

Laging iyon ang sagot niya. Kawawa naman! Namatay
siya sa kalagayan ng hindi nakapagdesisyon. Animnapung

taon, binigyan siya ng Diyos upang magsisi, ngunit ang lahat ng sinabi niya sa katapusan ng mga taong iyon ay hindi pa siya nakararamdam upang maniwala.

Mayroon bang mambabasa na naghihintay ng kakaibang pakiramdam? Saanman sa Bibliya ay hindi sinabihan ang isang tao na maghintay. Ang Diyos ay nag-uutos sa iyo ngayon na magsisi.

Sa tingin mo ba ay kayang patawarin ng Diyos ang isang tao na hindi naman gustong patawarin? Masaya ba ang Diyos kung siya ay patawarin sa ganitong kalagayan ng isip? Kung ang iyong anak ay nagkasala at hindi naman magbabalik-loob, hindi mo rin siya mapapatawad. Hindi ito makatarungan para sa kanya. Isipin natin na pumunta siya sa iyong mesa, nakawin ang sampung dolyar, at ito'y ginamit na niya. Pagdating mo sa bahay, sinabi ng iyong asawa kung ano ang nagawa ng iyong anak. Tinanong mo siya kung totoo ba ito at itinanggi niya, pero sa huli ay mayroon kang katiyakan. Kahit na hindi na niya ito kayang ikaila, hindi pa rin niya kinukumpirma ang kasalanan kundi sinasabi niya na gagawin niya ito ulit kapag may pagkakataon.

Hindi ba masasabi mo sa kanya, "Pinapatawad na kita," at iiwanan mo na lang ang bagay na iyon? Hindi, mayroong tunay na mga bunga para sa bawat ginagawa natin, dito sa lupa at sa huling paghuhukom! Ngunit sinasabi ng mga tao na ililigtas ng Diyos ang lahat, maging sila'y nagsisisi man o hindi - ang mga lulong sa alak, magnanakaw, mga bayaran, walang pagkakaiba.

"Ang Diyos ay napakamahabagin," sabi nila. Mahal kong kaibigan, huwag magpalinlang sa diyos ng mundong ito. Kung may tunay na pagsisisi at pagbabalik-loob mula sa kasalanan patungo sa Diyos, katatagpuin ka Niya at Siya ay magpapala sa iyo, ngunit hindi Niya pinagpapala ang sinumang hindi nagsisisi nang tapat.

Nagkamali ng malubha si David sa pagpapatawad sa kanyang anak na si Absalom na nagrebelde sa kanya. Hindi niya magagawang magpatawad sa kanyang anak kung hindi ito magbabago ng puso. Hindi magkakaroon ng tunay na pagkakasundo sa kanila kung wala ang pagbabago. Pero hindi gumagawa ng ganitong pagkakamali ang Panginoon. Nagkaproblema si David dahil sa kanyang maling pagpapasya. Kaagad na napalayas ng kanyang anak si David sa trono.

Sa pagsasalita tungkol sa pagsisisi, sinabi ni Dr. Brooks ng St. Louis:

> Ang pagsisisi, sa tiyak at tamang kahulugan nito, ay nangangahulugan ng pagbabago ng isip o layunin; sa gayon, ito ay ang hatol ng makasalanan sa kanyang sarili sa pananaw ng pag-ibig ng Diyos na ipinakita sa kamatayan ni Kristo, kasama ang pag-iwan ng lahat ng kanyang pagtitiwala sa kanyang sarili at pagtitiwala sa tanging Tagapagligtas ng mga makasalanan. Ang tunay na pagsisisi at pananampalataya ay palaging magkasama, at hindi mo kailangang mag-alala tungkol sa pagsisisi kung mananampalataya ka.

Mayroong mga taong hindi sigurado kung sapat na ang kanilang pagsisisi. Kung ang ibig sabihin nito ay dapat kang maghinanakit para mapukaw ang awa ng Diyos sa iyo, mas mabuting itigil mo na ang ganyang pagsisisi. Ang Diyos ay may awa na, gaya ng kanyang ipinakita sa krus ng Kalbaryo. Nakapanghihina ng puso ng Diyos na mahalin ka kung magdadahilan ka na ang iyong mga luha at pagdurusa ang magpapalambot sa Kanya, na hindi nakaaalam na *sapagkat siya'y napaka-bait, matiisin, at mapagpasensya? Hindi mo ba alam na ang kabutihan ng Diyos ang umaakay sa iyo upang magsisi at tumalikod sa kasalanan?* (Roma 2:4). Hindi dahil sa iyong kasamaan kundi dahil sa kabutihan ng Diyos na nagdudulot ng pagsisisi; kaya't ang tunay na paraan upang magbago ng landas ay sa pamamagitan ng pananampalataya sa Panginoong Hesus Kristo, *Siya'y ipinapatay dahil sa ating mga kasalanan at muling binuhay upang tayo'y mapawalang-sala.* (Roma 4:25).

Kung may tunay na pagsisisi, magbubunga ito. Kung nagkasala tayo sa ibang tao, hindi dapat natin hingin sa Panginoon na patawarin tayo hangga't hindi tayo handang magbigay ng kabayaran sa taong nagawan natin ng kasamaan. Kung nagkasala ako ng malaking kasalanan sa isang tao at maaari kong itama ito, hindi ko dapat hingin sa Diyos na patawarin ako hangga't hindi ako handang itama ito. Halimbawa, kung may-roon akong kinuha na hindi akin, hindi ako dapat maghintay ng kapatawaran sa Diyos hangga't hindi ako handang magbayad ng kabayaran.

Naaalala ko na nagsalita ako sa isa sa mga malalaking lungsod nang lumapit sa akin ang isang gwapong lalaki matapos ang sermon. Lubhang nangangamba siya sa kanyang isipan. "Ang totoo po," sabi niya, "ako po ay nagnakaw. Nangunguha ako ng pera na hindi sa akin mula sa aking mga pinagtatrabahuan. Paano po ako magiging Kristiyano nang hindi ito naibabalik?"

Tinanong ko siya, "Mayroon ka bang pera?"

Sinabi niya sa akin na hindi niya nakuha ang lahat. Nangongolekta siya ng isang libo at limandaang dolyar at mayroon pa siyang siyam na raang dolyar.

Sabi niya, "Hindi ba pwede kong gamitin ang siyam na raang dolyar na ito upang magtayo ng negosyo at kumita ng sapat upang mabayaran ko sila?"

Sinabi ko sa kanya na ito ay isang pagkakamali ng Satanas, at hindi niya dapat asahan na magtatagumpay siya sa nakaw na pera. Sinabi ko sa kanya na dapat niyang ibalik ang natitira pang pera at humingi ng awa at patawad sa kanyang mga amo.

"Pero ilalagay nila ako sa bilangguan," sabi niya. "Hindi mo ba ako matutulungan?"

"Hindi, dapat mo munang ibalik ang pera bago mo asahang makatanggap ng tulong mula sa Diyos."

"Napakahirap naman," sabi niya.

"Oo, mahirap nga, pero ang malaking pagkaka-mali ay nanggaling sa paggawa ng kasalanan sa unang pagkakataon."

Ang kanyang pasanin ay naging napakabigat na hindi na niya ito kayang bitbitin. Ibinigay niya ang perang siyam na raan at limampung dolyar sa akin at hiniling na dalhin ko ito sa kanyang pinagtrabahuhan. Kinabukasan, nagkita-kita kami ng dalawang pinagtra-bahuhan niya sa isang kuwartong malapit sa simbahan. Inilapag ko ang pera at sinabi na ito ay galing sa isa nilang empleyado. Inilahad ko sa kanila ang kuwento at sinabing humihiling ang empleyado ng awa mula sa kanila, hindi ng katarungan. Tumutulo ang luha sa pisngi ng dalawang ito, at sinabi nila, "Patawarin siya! Oo, malugod naming patatawarin siya." Pumunta ako sa ibaba at dinala siya pataas. Pagkatapos niyang umamin sa kanyang kasalanan at pinatawad na, nagpakababa kami at nagkaroon ng isang magandang panalangin. Naroon ang Diyos, nakipagtagpo sa amin, at binasbasan kami.

Ilang panahon na ang nakalipas, may isa akong kaibigan na lumapit kay Kristo at nais niyang ialay ang kanyang sarili at kayamanan sa Diyos. Noon ay nakinabang siya sa gobyerno sa ilang mga transaksiyon. Nang siya ay nagkaroon na ng pananampalataya, lumitaw ang bagay na ito at nagdulot ng konsensiya sa kanya. Sabi niya, "Gusto kong i-alay ang aking kayamanan sa Diyos, pero parang hindi ito tatanggapin ng Diyos." Naging malaking problema ito, at patuloy siyang kinakain ng kanyang konsensiya. Sa wakas, sumulat siya ng tseke na nagkakahalaga ng isang libo at limandaang dolyar at ipinadala ito sa Ingat-yaman ng Estados Unidos. Sinabi niya sa akin na nakatanggap siya ng malaking pagpapala pagkatapos gawin ito. Ang kanyang pagkakabago sa pananampalataya ay nagbunga. *Mamunga kayo nang nararapat sa pagsisisi.* (Mateo 3:8). Naniniwala ako na maraming tao ang humihingi ng liwanag sa Diyos, ngunit hindi ito nakukuha dahil hindi sila tapat.

Isang beses nang ako'y nagpapahayag ay may isang lalaki na lumapit sa akin pagkatapos ng serbisyo. Sinabi niya, "Gusto kong pansinin mo na ang buhok ko ay kulay abo na, at ako ay tatlumpu't dalawang taong gulang lamang. Mahigit labin-dalawang taon ko nang dala ang isang malaking pasanin."

"Sige," sabi ko, "Ano ito?"

Tumingin siya sa paligid na parang takot na may makarinig sa kanya. "Nang mamatay ang aking ama, iniwan niya sa amin ang pahayagan ng bayan; iyon ang tanging meron ang aking ina. Pagkatapos niyang mamatay, unti-unting nalulugi ang pahayagan, at nakita ko na ang aking ina ay mabilis na nalulubog sa kawalan. Ang gusali at ang pahayagan ay may insurance na nagkakahalaga ng isang libong dolyar, at noong ako ay dalawampung taong gulang pa lamang, sinunog ko ang gusali, nakuha ko ang isang libong dolyar, at ibinigay ko ito sa aking ina. Mahigit na labing-isang taon na akong dinudurog ng kasalanan na iyon. Sinubukan ko itong kalimutan sa pamamagitan ng pagkalulong sa kasayahan at kasalanan. Hinamak ko ang Diyos. Hindi ako tapat. Sinubukan kong kumbinsihin ang aking sarili na hindi totoo ang Bibliya. Ginawa ko ang lahat ng aking makakaya, pero sa mga panahong ito, ako ay nagdurusa."

Sinabi ko, "May paraan para makaalis diyan."

Siya ay nagtanong, "Paano?"

Sinabi ko, "Gumawa ng pagbabayad-pinsala. Umupo tayo at bilangin ang interes, pagkatapos ay ibigay mo sa kumpanya ang pera." Ang mukha ng lalaki ay nagliwanag nang malaman niyang may awa para sa kanya. Sinabi niya na masaya siyang magbayad ng pera at interes, kung mapatatawad siya.

May mga tao ngayon na nasa kadiliman at pagkakabihag dahil ayaw nilang talikuran ang kanilang mga kasalanan at aminin ito. Hindi ko alam kung paano magkakaroon ng pagpapatawad sa isang tao kung hindi niya handang aminin ang kanyang mga kasalanan.

Tandaan na ang araw na ito lang ang tanging araw na magkakaroon ng awa. Puwede kang magsisi ngayon at mabura ang iyong mga kasalanan. Naghihintay ang Diyos na patawarin ka at nais Niyang ikaw ay magbalik sa Kanya. Ngunit, sa palagay ko ay malinaw na itinuturo ng Bibliya na walang pagkakataon para magsisi pagkatapos ng buhay na ito. May mga taong magsasabi sa iyo tungkol sa posibilidad ng pagsisisi sa hukay, ngunit hindi ko ito nakikita sa Banal na Kasulatan. Masusi kong pinag-aralan ang Bibliya, at hindi ko makita na magkakaroon pa ng isa pang pagkakataon ang isang tao na maligtas pagkatapos ng kamatayan.

Bakit mo pa hihilingin ang karagdagang panahon? May sapat ka nang oras upang magsisi ngayon. Puwede kang magbago ng landas ngayong sandali, kung nais mo. Sinabi ng Diyos, *Sapagkat wala akong kaluguran sa kamatayan ng sinuman, sabi ng Panginoong Diyos. Kaya't magsipagbalik-loob kayo, at mabuhay.* (Ezekiel 18:32).

Sinabi ni Kristo na, *Hindi ako pumarito upang tawagin ang mga matuwid, kundi ang mga makasalanan tungo sa pagsisisi.* (Lucas 5:32). Ikaw ba ay isang makasalanan? Kung gayon, ang tawag ng pagsisisi ay para sa iyo. Iluhod mo ang iyong sarili sa alikabok sa paanan ng Tagapagligtas at aminin ang iyong pagkakamali. Sabihin mo, tulad ng dating maniningil ng buwis, *Diyos, mahabag ka sa akin na isang makasalanan.* (Lucas 18:13). Ikaw ay ituturing Niyang matuwid at ipagkakaloob sa iyo ang Kanyang katuwiran sa pamamagitan ng katuwiran Niya na nagdala ng iyong mga kasalanan sa Kanyang sariling katawan sa krus.

Maaaring mayroong iba na nag-iisip na sila ay matuwid at hindi nila kailangang magsisi at manampalataya sa ebanghelyo. Sila ay katulad ng mga Pariseo sa talinghaga, na nagpapasalamat sa Diyos dahil hindi sila tulad ng ibang mga tao - *mandaraya, hindi makatarungan, mang-aagaw ng babae, o kahit na tulad ng maniningil ng buwis na ito,* at nagpatuloy na nagsasabing, *"Nag-aayuno ako ng dalawang beses sa isang linggo; Nagbabayad ako ng ikapu sa lahat ng aking tinatanggap."* Ano ang hatol sa ganitong mga taong may kahibangan sa kanilang pagiging matuwid? Para silang pariseo sa parabula: *Ang Fariseo ay nakatayo at nanalangin sa kanyang sarili ng ganito, 'Diyos, pinasasalamatan kita na hindi ako gaya ng ibang mga tao, na mga mangingikil, mga di makatarungan, mga mangangalunya, o gaya man ng maniningil ng buwis na ito. Dalawang ulit akong nag-aayuno sa isang linggo, nagbibigay ako ng ikapu sa lahat ng aking kinikita!' Subalit ang maniningil ng buwis, na nakatayo sa malayo ay ayaw itingin man lamang ang kanyang mga mata sa langit, kundi dinadagukan ang kanyang dibdib, na nagsasabi, 'Diyos, mahabag ka sa akin na isang makasalanan.' Sinasabi ko sa inyo, nanaog patungo sa kanyang bahay ang taong ito na inaring-ganap sa halip na ang isa. Sapagkat ang bawat nagmamataas sa kanyang sarili ay ibababa, ngunit ang nagpapakababa sa kanyang sarili ay itataas.* (Lucas 18:11-14) *Walang matuwid, wala, wala kahit isa* (Roma 3:10). *Yamang ang lahat ay nagkasala, at hindi nakaabot sa kaluwalhatian ng Diyos;* (Roma 3:23).

Huwag hayaang sabihin ng sinuman na hindi niya kailangan magsisi. Bawat isa ay dapat tumayo sa kanyang tunay na lugar - bilang isang makasalanan; pagkatapos ay itataas siya ng Diyos sa lugar ng kapatawaran at pagiging matuwid. *Sapagkat ang bawat nagmamataas ay ibababa at ang nagpapakababa ay itataas* (Lucas 14:11). Kung saanman nakakikita ang Diyos nang tunay na pagsisisi sa puso, tatagpuin Niya ang kaluluwang iyon.

Nangangaral ako ng ebanghelyo sa Colorado nang ako ay makarinig ng isang bagay na nakaantig ng aking puso. Nakarinig ako ng isang kuwento tungkol sa gobernador ng estado na nagdaan sa bilangguan. Sa isang selda, nakita niya ang isang batang lalaki na may mga bulaklak sa kanyang bintana na tila inalagaan nang mabuti. Tiningnan ng gobernador ang bilanggo at pagkatapos ay sa mga bulaklak at nagtanong kung kanino ito. "Ito po ay sa akin," sabi ng bilanggo.

"Gusto mo ba ang mga bulaklak?"

"Opo, ser."

"Gaano katagal ka na rito?"

"Matagal na po, ser. Matagal na po akong nakakulong." Nagulat ang gobernador na sobrang hilig ng bilanggo sa mga bulaklak, kaya't nagtanong siya, "Maari mo bang sabihin kung bakit sobrang mahalaga sa iyo ang mga bulaklak na ito?"

Ang kanyang damdamin ay napukaw nang sobra ng sumagot ang lalaki, "Nang buhay pa ang aking ina, mahal na mahal niya ang mga bulaklak; nang mapadpad ako rito, naisip ko na ito ang magpapaalala sa akin sa kanya."

Natuwa ang gobernador dahil dito kaya't sinabi niya, "Ganito ba kahalaga sa iyo ang iyong ina? Kung ganyan, alam ko na magiging malaki rin ang iyong pagpapahalaga sa kalayaan," at agad niyang pinalaya ang lalaki.

Kapag nakakita ang Diyos ng magandang bulaklak ng tunay na pagsisisi sa puso ng isang tao, dumadating ang kaligtasan sa taong iyon.

Katiyakan ng Kaligtasan

Ang mga bagay na ito ay isinulat ko sa inyo upang inyong malaman na kayo'y mayroong buhay na walang hanggan sa inyong nananampalataya sa pangalan ng Anak ng Diyos. (1 Juan 5:13)

May dalawang grupo ng mga tao na hindi dapat magkaroon ng katiyakan ng kaligtasan: Una, ang mga nasa iglesya ngunit hindi nabago ang kanilang puso, hindi pa nabuhay sa Espiritu. Pangalawa, ang mga hindi handang gawin ang kalooban ng Diyos at sumunod sa daan na itinakda Niya para sa kanila, subalit gustong magawa ang sariling kalooban.

Maaring may magtanong, "Mayroon ba talagang katiyakan ang lahat ng mga taong nasa Diyos?"

Hindi; sa tingin ko maraming minamahal ang Diyos ang walang katiyakan, subalit karapatan ng bawat anak ng Diyos na malaman ang kanyang kaligtasan na walang pag-aalinlangan. Hindi ang may agam-agam ang karapatdapat sa paglilingkod sa Diyos. Kung hindi sigurado sa sariling kaligtasan, paano makatutulong sa iba na maabot ang kaharian ng Diyos? Kung mukha akong nalulunod at hindi alam kung makararating ako sa baybayin, hindi ako makatutulong sa iba. Kailangan ko munang makatuntong sa matibay na bato, at doon pa lang ako makatutulong sa aking kapatid. Kung bulag ako at nagpapayo sa isa pang bulag kung paano magkaroon ng paningin, baka sabihin sa akin, "Una, pagalingin mo muna ang iyong sarili, saka mo ako turuan."

Kamakailan lang, nakausap ko ang isang binatang Kristiyano, subalit hindi pa niya natatamo ang tagumpay laban sa kasalanan. Nasa malalim siyang kadiliman. Hindi ang taong ganyan ang karapat-dapat na maglingkod sa Diyos, dahil nasasakop siya ng kanyang mga kasalanan. Hindi niya nakakamit ang tagumpay sa kanyang pag-aalinlangan, dahil hindi pa niya natatamo ang tagumpay sa kanyang mga kasalanan.

Walang magkakaroon ng panahon o puso na maglingkod sa Diyos ang hindi nakatitiyak sa kanyang sariling kaligtasan. Ang mga taong ito ay abala sa pagharap sa kanilang mga problema dahil sa kasalanan at pag-aalinlangan, at sa pagsanib ng mga pasanin ng kanilang mga alinlangan, hindi nila magagawang tulungan ang iba. Walang kapayapaan, kaligayahan, o kapangyarihan – walang kalayaan o kapangyarihan – kung mayroong mga pag-aalinlangan at hindi sigurado.

May tatlong hakbang si Satanas na kailangan nating bantayan. Una, ginagamit niya ang lahat ng puwersa sa kanyang kaharian upang iwasan natin si Kristo.

Pangalawa, sinisikap niya tayong dalhin sa "*Kastilyo ng Pag-aalinlangan*". Ngunit kung may malinaw na patunay tayo para sa Anak ng Diyos, gagawin niya ang lahat upang pasamain ang ating karakter at alisin ang kredibilidad ng ating patotoo. May mga nag-iisip na ang hindi nag-aalinlangan ay mayabang, ngunit nakahihiya sa Diyos ang pag-aalinlangan. Kung sinabi ng isang tao na kilala niya ang isang tao sa loob ng tatlumpung taon pero mayroon pa rin siyang pag-aalinlangan, hindi ito gaanong paniniwalaan. Ngunit kung kilala natin ang Diyos sa loob ng sampu, dalawampu o tatlumpung taon, hindi ba't ito ay nagpapakita ng hindi tapat na karakter ng Diyos na pagdududahan natin Siya?

Kaya kayang lampasan ni Pablo at ng mga unang Kristiyano at mga martir ang mga pinagdaanan nila kung sila ay puno ng pag-aalinlangan at hindi alam kung pupunta sila sa langit o impyerno matapos silang sunugin sa hukay? Kailangan nilang magkaroon ng katiyakan.

Ayon kay Charles Spurgeon:

> Hindi ko pa naririnig na may isang ibong nangangamba kung may karapatan ba itong magtayo ng sariling pugad sa isang puno ng abeto. At hindi rin ako nakarinig ng isang batang matsing na nagtatanong kung puwede ba siyang tumakbo sa kanyang bahay na nasa loob ng bato. Kung sila ay palaging nag-aalinlangan at natatakot kung may karapatan ba silang gumamit ng mga bagay na ipinagkaloob ng Diyos sa kanila, sila ay agad na mawawala.

Ang tagak ay nagsabi sa kanyang sarili,
"Aha, narito ang isang puno ng abeto."
Nagtanong siya sa kanyang kasintahan,
"Tutugma ba ito para sa pugad na pag-aal-
agaan natin sa ating mga anak?" "Oo," ang
sabi niya, at nagtipon at nag-ayos sila ng
mga materyales. Hindi nila tinatanong ang
tanong na, "Maaari ba kaming magtayo ng
bahay dito?" Nagdala sila ng mga kahoy at
nagtayo ng kanilang pugad.

Ang kambing sa bato sa bangin ay hindi
nagtatanong, "May karapatan ba ako rito?"
Hindi, kailangan niya ng mapagtataguan,
kaya tumatakbo siya sa itaas nito.

Kahit na ang mga hayop na ito ay alam
ang pagkakaloob ng kanilang Diyos, ang
makasalanan ay hindi nakakikilala ng
kaligtasan na inialay ng Tagapagligtas. Siya
ay nagdududa at nagtatanong, "Pwede ba
ako?" at sinasabi, "Inaakala kong hindi para
sa akin," at "Sigurado akong hindi ito para
sa akin," at "Natatakot akong ito ay masya-
dong maganda upang maging totoo."

Gayunman, wala kailanmang nagsabi sa
tagak, "Sino man ang magtayo sa puno ng
Abeto na ito ay hindi kailanman mapatu-
tumba ang kanyang pugad." Walang sinu-
mang nagbigay ng inspirasyon sa bato na

sinabi, "Sino man ang tumakbo sa kwebang bato na ito ay hindi kailanman mapipilitang lumabas." Kung mayroon man, ito ay mag-bibigay ng tiyak na katiyakan sa kanila.

Ngunit dito kay Kristo, ipinagkaloob Niya ang Kanyang sarili para sa mga makasala-nan, ang tamang uri ng Tagapagligtas na kailangan ng mga makasalanan, at kasama pa nito ang pangako, *Ang lumala-pit sa akin kailanman ay hindi ko itataboy* (Juan 6:37), *At ang nauuhaw ay pumarito, ang may ibig ay kumuha ng tubig ng buhay nang walang bayad* (Pahayag 22:17).

Ngayon ay tingnan natin ang Salita ng Diyos. Sinasabi sa atin ni Juan sa kanyang ebanghelyo kung ano ang ginawa ni Kristo para sa atin sa lupa. Sa kanyang sulat naman ay sinasabi niya kung ano ang ginagawa ni Hesus para sa atin sa langit bilang ating tagapagtang-gol. Sa Ebanghelyo ni Juan ay may dalawang kabanata lamang na hindi naglalaman ng salitang "manampala-taya". Maliban sa mga kabanatang ito, bawat kabanata sa Juan ay nagmumungkahi nang "Manampalataya! Manampalataya! Manampalataya!" Sinasabi sa atin ni Juan sa Juan 20:31, *Ngunit ang mga ito ay isinulat upang kayo'y sumampalataya na si Jesus ang Cristo, ang Anak ng Diyos; at sa pagsampalataya ay magkaroon kayo ng buhay sa kanyang pangalan.* Ito ang layunin kung bakit isinulat niya ang ebanghelyo – upang kayo'y sumampalataya na si Hesus ang Kristo, ang Anak ng

Diyos; at sa pagsampalataya ay magkaroon kayo ng buhay sa kanyang pangalan.

Sa 1 Juan 5:13, sinabi ni Juan kung bakit niya isinulat ang sulat na ito: *Ang mga bagay na ito ay isinulat ko sa inyo. Pansinin kung kanino niya isinulat ito: upang inyong malaman na kayo'y mayroong buhay na walang hanggan sa inyong nananampalataya sa pangalan ng Anak ng Diyos.* Mayroong limang maikling kabanata sa 1 Juan, at ang salitang "alamin" ay nagpakita ng mahigit apatnapung beses. Ito ay "Alamin! Alamin! ALAMIN!" Ang susi rito ay "alamin"! Sa buong sulat na ito, mayroong laging kurot na "upang malaman nating mayroon tayong buhay na walang hanggan."

Ang isang beses ay naglakbay ako ng labing-dalawang daang milya pababa ng Mississippi noong tagsibol ilang taon na ang nakalilipas, at tuwing gabi, habang nagliliwanag ang araw, nakikita ko ang mga lalaki, at kung minsan ay babae, na nangangabayo sa mga gilid ng ilog o kaya'y naglalakad, upang tanglawan ang mga ilaw ng gobyerno. Sa buong ilog na iyon, ang mga tanda ang gumagabay sa mga kapitan ng mga barko sa kanilang mapanganib na paglalayag. Binigyan tayo ng Diyos ng mga ilaw o tanda upang sabihin sa atin kung tayo ay Kanyang mga anak o hindi; ang kailangan lang nating gawin ay suriin ang mga senyales na ibinigay Niya sa atin.

Sa 1 Juan 3, may limang bagay na dapat nating "malaman." Sa ikalimang talata, nababasa natin ang unang bagay: Alam ninyo na Siya ay nagpakita upang alisin ang mga kasalanan; at sa Kanya ay walang kasalanan. Hindi dahil sa mga nagawa ko, kundi dahil sa mga nagawa Niya. Nabigo ba Siya sa Kanyang misyon? Hindi ba Niya kayang gawin ang Kanyang sinadya? Mayroon bang anumang sugo ng langit na nabigo? Maari bang hindi magtagumpay ang sariling Anak ng Diyos? Siya ay nagpakita upang alisin ang ating mga kasalanan.

Sa 1 Juan 3:19, ang pangalawang bagay na dapat nating malaman ay ito: *Dito natin makikilala na tayo'y mula sa katotohanan, at magkakaroon ng kapanatagan ang ating mga puso sa harapan niya, Kaya't kung kayo'y palayain ng Anak, kayo'y magiging tunay na malaya* (Juan 8:36).

Ang ikatlong bagay na dapat malaman ay nasa ikalabing apat na talata: *Nalalaman nating tayo'y dumaan na mula sa kamatayan patungo sa buhay, sapagkat iniibig natin ang isa't isa.* Ang hindi nakakikilala sa Panginoon ay hindi gusto ang mga banal na tao at hindi rin nais na makisama sa kanila. Ang hindi umiibig ay nananatili sa kamatayan. Wala siyang espirituwal na buhay.

Ang ika-apat na bagay na mahalagang malaman ay makikita sa ika-dalawampu't apat na bersikulo: *At ang tumutupad ng Kanyang mga utos ay nananatili sa Kanya, at Siya sa kanya. At dito'y nakikilala natin na Siya'y nananatili sa atin, sa pamamagitan ng Espiritu na kanyang ibinigay sa atin.* Malalaman natin kung anong uri ng Espiritu ang mayroon tayo kung tayo ay mayroong Espiritu ni Kristo. Magkakaroon tayo ng uri ng espiritu na katulad ng kay Kristo - hindi sa parehong antas, ngunit sa parehong uri. Kung ako ay mabait, magalang, at mapagpatawad; kung ako ay may espiritung puno ng kapayapaan at kagalakan; kung ako ay matiyaga at magalang, tulad ng Anak ng Diyos

- ito ay isang pagsusuri, at sa ganitong paraan natin malalaman kung mayroon tayong buhay na walang hanggan o wala.

Ang panglimang bagay na dapat malaman, at ang pinakamahusay sa lahat, ay matatagpuan sa 1 Juan 3:2: *Mga minamahal, ngayon ay mga anak tayo ng Diyos at hindi pa nahahayag kung magiging ano tayo. Nalalaman natin na kung siya'y mahayag, tayo'y magiging katulad niya, sapagkat siya'y ating makikita bilang siya.*

Ngunit mayroong mga magtatanong, "Naniniwala ako sa lahat ng iyan, pero nagkasala ako simula nang ako'y maging Kristiyano." Mayroon bang tao sa balat ng lupa na hindi nagkasala mula nang maging Kristiyano? Wala! Hindi nagkaroon, at hindi magkakaroon ng kaluluwa sa daigdig na hindi nagkasala, o hindi magkakasala sa kanyang pananampalataya sa mga panahong iyon. Ngunit nagbigay ng pag-aayos ang Panginoon para sa mga kasalanang nagawa ng mga mananampalataya. Hindi natin sila kailangang ayusin dahil ginawa na ito ng Diyos. Tandaan natin iyon.

Puntahan ang 1 Juan 2:1: *Mga munti kong anak, ang mga bagay na ito ay isinusulat ko sa inyo, upang kayo'y huwag magkasala. Ngunit kung ang sinuman ay magkasala, tayo ay may Tagapagtanggol sa harap ng Ama, si Jesu-Cristo na siyang matuwid.* Si Juan ay nagsusulat sa mga matuwid. *Ngunit kung ang sinuman ay magkasala, inilagay ni Juan kasama ang kanyang sarili - tayo ay may Tagapagtanggol sa harap ng Ama, si Jesu-Cristo na siyang matuwid.* Dakilang tagapagtanggol! Siya ay nagtatanggol sa ating mga interes sa pinakamahusay na lugar - sa luklukan ng Diyos. Sinabi niya, *sinasabi ko sa inyo ang katotohanan. Makakabuti sa inyo na ako'y umalis* (Juan 16:7). Siya ay umalis upang maging ating mataas na pari at tagapagtanggol. May ilang mga kaso siyang dinala na mahirap, ngunit hindi pa Siya natalo ni isa man. Kung magtitiwala ka sa Kanya para sa iyong walang hanggang kaligtasan, *na may kakayahang mag-ingat sa inyo mula sa pagkatisod, at sa inyo'y makapaghaharap na walang kapintasan sa harapan ng kanyang kaluwalhatian na may malaking kagalakan* (Judas 24).

Ang mga kasalanan ng mga Kristiyano sa nakaraan ay agad na pinapatawad kapag ito ay kinumpisal, at hindi na dapat itong binabanggit pa. Hindi ito dapat na buksang muli. Kapag ang ating mga kasalanan ay napawi na, wala na itong patutunguhan. Hindi ito dapat na maalala; hindi na ito babanggitin ng Diyos. Ito ay napakalinaw. Halimbawa na lamang mayroon akong anak na gumawa ng mali habang ako ay wala sa bahay. Pagbalik ko sa bahay, siya ay yumakap sa aking leeg at nagsabi, "Papa, ginawa ko ang ayaw mong gawin ko. Patawarin mo po ako."

Sinabi ko, "Oo, anak ko," at hinagkan ko siya. Pinunasan niya ang kanyang mga luha at umalis na nagagalak. Kinabukasan, sinabi niya, "Papa, sana patawarin mo ako sa kasalanan ko kahapon." Sasabihin ko, "Bakit anak, ang bagay na iyon ay natapos na at ayaw ko nang ito ay binabanggit pa." "Pero sana patawarin mo pa rin ako, gusto kong marinig na magsabi ka ng 'patawad'. Ito ba ay pagpapakita ng paggalang sa akin? Hindi ba ako malulungkot na nagdududa ang aking anak sa akin? Pero para mapasaya siya, sasabihin ko muli, "Pinapatawad kita, anak ko."

At kung kinabukasan, siya ay babalik na naman sa dating kasalanan at humingi ng tawad, hindi ba ako ay malulungkot nang sobra-sobra? Kaya aking mambabasa, kung ang Diyos ay pinatawad na tayo, huwag na nating balikan pa ang nakaraan. Kalimutan na natin ang mga bagay na nasa likod natin, *at nagpapatuloy ako tungo sa mithiin para sa gantimpala ng dakilang pagtawag ng Diyos kay Cristo Jesus* (Filipos 3:13-14). Iwanan na natin ang mga kasalanan ng nakaraan. *Kung ipinahahayag natin ang ating mga kasalanan, siya ay tapat at banal na magpapatawad sa ating mga kasalanan at tayo'y lilinisin sa lahat ng kalikuan* (1 Juan 1:9).

Ang prinsipyong ito ay kinikilala rin sa mga korte ng hustisya. Sa isang bansa, may isang lalaki na nagkaroon ng problema sa kanyang asawa. Nagpatawad siya at pagkatapos ay dinala niya ito sa korte. Nang malaman na pinatawad na niya ang kanyang asawa, sinabi ng hukom na tapos na ang usapin. Kinilala ng hukom ang katumpakan ng prinsipyo na kung ang isang kasalanan ay pinatawad na, wala na itong kabuluhan. At sa palagay mo, ang Hukom ng buong mundo ay patatawarin ka at ako, at pagkatapos ay babanggitin ulit ang kasalanan? Kung patawarin tayo ng Diyos, wala nang kabuluhan ang ating mga kasalanan sa panahon ngayon at kahit sa kabilang buhay. Kailangan nating aminin at talikuran ang ating mga kasalanan.

Basahin natin ang 2 Corinto 13:5: *Siyasatin ninyo ang inyong mga sarili kung kayo'y nasa pananampalataya; subukin ninyo ang inyong mga sarili. Hindi ba ninyo nalalaman na si Jesu-Cristo ay nasa inyo? malibang kayo'y nabigo sa pagsubok.* Ngayon, subukin ninyo ang inyong sarili. Subukan ninyo kung tunay kayong may pananampalataya. Isapuso ninyo ang inyong relihiyon. Subukan ninyong magpatawad sa isang kaaway. Ito ay isang mabuting paraan upang malaman kung kayo ay isang anak ng Diyos. Kaya ba ninyong magpatawad ng kasalanan o magtiis sa pagmamaltrato, tulad ni Kristo? Kaya ba ninyong tanggapin ang mga pagpupuna nang hindi nagrereklamo? Kaya ba ninyong tanggapin ang mga maling panghuhusga at panlilinlang at manatiling mayroong espiritu na tulad ni Kristo?

Ang Galacia 5 ay nagbibigay ng isa pang magandang pagsubok. Pansinin ang bunga ng Espiritu at tingnan kung mayroon kang mga katangian na nakalista. *Subalit ang bunga ng Espiritu ay pag-ibig, kagalakan, kapayapaan, pagtitiyaga, kagandahang-loob, kabutihan, katapatan, kaamuan, at pagpipigil sa sarili. Laban sa mga ito ay walang kautusan* (Galacia 5:22-23). Kung mayroon akong bunga ng Espiritu, dapat mayroon akong Espiritu. Hindi ako maaaring magkaroon ng bunga nang walang Espiritu tulad ng hindi maaaring magkaroon ng bunga ng kahel ng walang puno. Sinabi ni Hesus, *Makikilala ninyo sila sa kanilang mga bunga* (Mateo 7:16). *Ang puno ay nakikilala sa pamamagitan ng kanyang bunga* (Mateo 12:33). Gawing mabuti ang puno, at magiging mabuti rin ang bunga. Ang tanging paraan upang makakuha ng bunga ay magkaroon ng Espiritu. Iyan ang paraan upang subukin ang ating mga sarili kung tayo ba ay mga anak ng Diyos.

Isa pang napakagandang bahagi ay makikita sa Roma 8:9 kung saan sinabi ni Pablo, *Subalit kung ang sinuma'y walang Espiritu ni Cristo, siya'y hindi sa kanya.*

Dapat na itong magpatibay sa ating paniniwala, kahit pa naipasa na natin ang lahat ng mga panlabas na paraan na kinakailangan ng ilan para maging miyembro ng simbahan. Basahin ang buhay ni Pablo at ikumpara ito sa atin. Kung ang iyong buhay ay katulad ng kanyang buhay, ito ay patunay na ikaw ay ipinanganak muli - na ikaw ay isang bagong nilalang kay Kristo Hesus.

Kahit na ikaw ay ipinanganak muli, kailangan pa rin ng panahon upang maging ganap na Kristiyano. Ang pagpapapahayag ay mabilis, ngunit ang pagpapakabanal ay isang buong buhay na gawain. Kailangan nating lumago sa karunungan. Sinasabi ni Pedro, *lumago kayo sa biyaya at sa pagkakilala sa ating Panginoon at Tagapagligtas na si Jesu-Cristo* (2 Pedro 3:18). Sinulat din niya:

> *At dahil dito, gawin ninyo ang lahat ng inyong makakaya na tustusan ang inyong panan-ampalataya ng kabutihan; ang kabutihan ng kaalaman; ang kaalaman ng pagpipigil; ang pagpipigil ng pagtitiis; ang pagtitiis ng pagiging maka-Diyos; at ang pagiging maka-Diyos ng pagmamahal sa kapatid; at ang pagmamahal sa kapatid ng pag-ibig. Sapagkat kung ang mga bagay na ito ay nasa inyo at dumarami, hindi kayo magiging mga walang saysay o mga walang bunga sa pagkakilala sa ating Panginoong Jesu-Cristo* (2 Pedro 1:5-8).

Tayo ay dapat magdagdag ng biyaya sa biyaya. Ang punong kahoy ay maaaring perpekto sa unang taon ng paglaki, ngunit hindi nito makakamit ang kanyang ganap na kahusayan sa unang taon pa lang. Ganun din sa pagiging Kristiyano. Maaring siya ay tunay na anak ng Diyos, ngunit hindi pa ganap na hinog bilang Kristiyano.

Ang ikawalong kabanata ng Roma ay napakahalaga, at dapat na maging pamilyar tayo rito. Sa ikalabing-apat na talata sinabi ng apostol: *Sapagkat ang lahat ng pinapatnubayan ng Espiritu ng Diyos ay sila ang mga anak ng Diyos.* Tulad ng sundalo na pinangungunahan ng kanyang kapitan, ang mag-aaral ng kanyang guro, o ang manlalakbay ng kanyang gabay, gayundin ang bawat tunay na anak ng Diyos ay papangunahan ng Espiritu Santo.

Hayaang tawagin ko ang iyong pansin sa isa pang katotohanan. Lahat ng turo ni Pablo sa halos lahat ng sulat ay nagpapakilala ng doktrina ng katiyakan. Sabi niya sa 2 Corinto 5:1, *Sapagkat nalalaman namin na kung mawasak ang aming tolda sa lupa, mayroon kaming isang gusaling mula sa Diyos, bahay na hindi gawa ng mga kamay, walang hanggan sa sangkalan-gitan.* May karapatan siya sa mga mansyon sa langit at sinabi niya na "alam ko ito." Hindi siya nabubuhay sa kawalan ng katiyakan. Sinabi niya na ang *nais ay umalis at makasama si Cristo, sapagkat ito'y higit na mabuti* (Filipos 1:23). Pagkatapos sa Colosas 3:4 sabi niya, *Kapag si Cristo na inyong buhay ay nahayag, ay mahahayag nga rin kayo na kasama niya sa kaluw-alhatian.* Sinasabi sa akin na ang bato ng libingan ni Dr. Isaac Watts ay mayroon ding parehong talata sa Kasulatan. Walang pag-aalinlangan sa talatang iyon.

Ngayon lumipat tayo sa Colosas 1:12-13: *Na nagpa-pasalamat sa Ama, na ginawa niya tayong karapat-dapat na makabahagi sa mana ng mga banal sa kaliwanagan.*

Iniligtas niya tayo sa kapangyarihan ng kadiliman at inilipat tayo sa kaharian ng kanyang minamahal na Anak, May tatlong mga salitang "nagpapahintulot" sa mga talatang ito: nagpapahintulot sa atin, *Iniligtas niya tayo,* at *inilipat tayo.* Hindi sinasabi na *Ginawa niya tayong karapatdapat, Iniligtas niya tayo, inilipat tayo* sapagkat ginawa na Niya ito.

Sa Colossians 1:14, sinabi ni Pablo: Na sa kanya ay mayroon tayong katubusan, na siyang kapatawaran ng mga kasalanan. Maaaring patawarin tayo o hindi. Hindi dapat tayong magpahinga hanggat hindi tayo nakapapasok sa kaharian ng Diyos, at hindi hanggang sa hindi natin masabi na, *Sapagkat nalalaman namin na kung mawasak ang aming tolda sa lupa, mayroon kaming isang gusaling mula sa Diyos, bahay na hindi gawa ng mga kamay, walang hanggan sa sangkalangitan.* (2 Corinto 5:1)

Tingnan ang Roma 8:32: *Siya na hindi ipinagkait ang kanyang sariling Anak, kundi ibinigay dahil sa ating lahat, bakit naman hindi ibibigay sa atin nang walang bayad ang lahat ng mga bagay?* Kung ibinigay Niya sa atin ang Kanyang Anak, hindi ba't ibibigay rin Niya sa atin ang katiyakan na Siya ay atin? Narinig ko ang sumusunod na paliwanag: May isang taong may utang na sampung libong dolyar at malulubog na sana sa utang, ngunit may isa siyang kaibigan na lumapit at nagbayad para sa kanya. Makalipas ang ilang panahon, napag-alaman na may utang pa pala siyang kaunting halaga, ngunit hindi siya nagduda na kung nagbayad na ang kanyang kaibigan ng mas malaking halaga, siya rin ay magbabayad ng mas maliit na halaga. At may malaking dahilan tayong sabihin na kung ibinigay sa atin ng Diyos ang Kanyang Anak, Siya rin ay magbibigay sa atin ng lahat ng bagay kasama Siya; kung gusto nating tiyakin ang ating kaligtasan, hindi Niya tayo pababayaan sa kadiliman.

Basahin ang Roma 8:33-39:

Sino ang magsasakdal ng anuman laban sa mga pinili ng Diyos? Ang Diyos ang siyang umaaring-ganap. Sino ang hahatol? Si Cristo Jesus na namatay, oo, siyang muling binuhay mula sa mga patay, na siya ring nasa kanan ng Diyos, na siya ring namamagitan para sa atin. Sino ang makapaghihiwalay sa atin sa pag-ibig ni Cristo? Ang kahirapan ba, o ang kapighatian, o ang pag-uusig, o ang taggutom, o ang kahubaran, o ang panganib, o ang tabak? Gaya ng nasusulat, Dahil sa iyo kami'y pinapatay sa buong araw; kami ay itinuring na mga tupa sa katayan. Ngunit sa lahat ng mga bagay na ito, tayo'y higit pa sa mga nagtatagumpay sa pamamagitan niya na sa atin ay umibig. Sapagkat ako'y naniniwalang lubos, na kahit ang kamatayan man, ni ang buhay, ni ang mga anghel, ni ang mga pinuno, ni ang mga bagay na kasalukuyan, ni ang mga bagay na darating, ni ang mga kapangyarihan, ni ang kataasan, ni ang kalaliman, ni ang alin pa mang nilalang, ay hindi makapaghihiwalay

sa atin sa pag-ibig ng Diyos, na na kay
Cristo Jesus na Panginoon natin.

Napakatibay ng dating ng mga salitang iyan. Mayroong kasiguraduhan para sa iyo. *Ako ay kumbinsido.* Sa palagay mo ba, ang Diyos na nagpatunay sa akin ay ang magkukulong din sa akin? Ito ay lubhang nakababagabag. Ang Diyos ay magliligtas sa atin upang walang tao, anghel, o demonyo ang makapagdulot ng anumang akusasyon laban sa atin o sa Kanya. Matapos Niyang gawin, walang makapipigil sa Kanyang plano.

Si Job ay nabuhay sa mas madilim na panahon kaysa sa atin, ngunit sinabi pa rin niya, *Sapagkat nalalaman ko na ang aking Manunubos ay nabubuhay, at sa wakas siya'y tatayo sa lupa* (Job 19:25).

Ang parehong pananalig ay umiiral sa mga huling salita ni Pablo kay Timoteo: *At dahil din dito, ako'y nagdurusa ng mga bagay na ito; gayunma'y hindi ako nahihiya sapagkat kilala ko ang aking sinampalatayanan, at ako'y lubos na naniniwalang maiingatan niya ang aking ipinagkatiwala sa kanya hanggang sa araw na iyon.* (2 Timoteo 1:12). Hindi ito isang bagay ng pag-aalinlangan kundi ng kaalaman. *Kilala ko. Lubos na naniniwala.* Ang salitang pag-asa ay hindi ginagamit sa Kasulatan upang ipahayag ang pag-aalinlangan. Ito ay ginagamit tungkol sa pangalawang pagparito ni Kristo o sa muling pagkabuhay ng katawan. Hindi natin sinasabi na umaasa tayo na tayo ay mga Kristiyano. Hindi ko sinasabi na umaasa ako na ako ay isang Amerikano o umaasa ako na ako ay isang may-asawa. Ito ay mga napatunayan na bagay. Maaari kong sabihin na umaasa ako na makabalik sa aking tahanan o umaasa ako na makadalo sa isang partikular na pagpupulong. Hindi ko sinasabi na umaasa ako na makarating sa bansang ito, dahil nandito na ako. Kaya kung tayo ay ipinanganak sa Diyos, alam natin ito. Hindi Niya tayo iiwan sa kadiliman kung ating titingnan ang mga Banal na Kasulatan.

Itinuro ni Kristo ang doktrinang ito sa kanyang pitumpung disipolo nang bumalik sila na tuwang-tuwa sa kanilang tagumpay at sinabi, *Panginoon, maging ang mga demonyo ay nagpapasakop sa amin sa iyong pangalan!* (Lucas 10:17). Para bang pinipigilan ng Panginoong Hesus ang kanilang kasiyahan at sinabi na magbibigay Siya sa kanila ng isang bagay upang magalak sila. *Gayunman, huwag ninyong ikagalak ito, na ang mga espiritu ay nagpapasakop sa inyo, kundi inyong ikagalak na ang inyong mga pangalan ay nakasulat sa langit* (Lucas 10:20).

Ang bawat isa sa atin ay may karapatan na malaman sa labas ng pag-aalinlangan na ang ating kaligtasan ay tiyak; pagkatapos ay maaari na tayong magtrabaho para sa iba. Ngunit kung mayroon tayong pag-aalinlangan sa ating sariling kaligtasan, hindi tayo angkop para sa paglilingkod sa Diyos.

Isa pang talatang nagbibigay ng kumpiyansa sa atin ay mula sa Juan 5:24: *Katotohanang sinasabi ko sa inyo, ang nakikinig ng aking salita at sumasampalataya sa kanya na nagsugo sa akin ay may buhay na walang hanggan, at hindi darating sa kahatulan kundi lumipat na sa buhay mula sa kamatayan.*

Mayroong ilang taong nagsasabi na hindi mo malalaman kung ikaw ay maliligtas hanggat wala ka sa harapan ng malaking trono ng paghuhukom. Ngunit kung ang iyong buhay ay nakatago sa Diyos sa pamamagitan ni Kristo, hindi ka papasok sa paghuhukom para sa iyong mga kasalanan. Maaaring papasok tayo sa paghuhukom para sa gantimpala. Ito ay malinaw na itinuturo sa kwento ng Panginoon tungkol sa lingkod na pinagkalooban ng limang talento at nagdala ng limang karagdagang talento na sinasabi, *Ang tumanggap ng limang talento ay lumapit at nagdala ng lima pang talento, na nagsasabi, 'Panginoon, binigyan mo ako ng limang talento. Heto, ako'y nakinabang ng lima pang talento. Sinabi sa kanya ng panginoon niya, 'Magaling! Mabuti at tapat na alipin. Naging tapat ka sa kaunting bagay, pamamahalain kita sa maraming bagay. Pumasok ka sa kagalakan ng iyong panginoon* (Mateo 25:20-21). Tayo ay huhusgahan para sa ating pamamahala. Ito ay isa, ngunit ang kaligtasan - ang buhay na walang hanggan - ay isa pa.

Hihingin ba ng Diyos na bayaran natin ang utang na doble sa kung ano ang binayaran ni Kristo para sa atin? Kung dinala ni Kristo ang aking mga kasalanan sa Kanyang sariling katawan sa kahoy ng Krus, may sasagutin pa ba ako para sa kanila?

Sinabi sa Isaias 53:5 na *Ngunit siya'y nasugatan dahil sa ating mga pagsuway, siya'y binugbog dahil sa ating mga kasamaan; ipinataw sa kanya ang parusa para sa ating kapayapaan, at sa pamamagitan ng kanyang mga latay ay gumaling tayo.* Sa Romans 4:25 nabasa natin: *na ibinigay sa kamatayan dahil sa ating mga pagsuway at muling binuhay upang tayo'y ariing-ganap.* Maniwala tayo at tumanggap ng benepisyo ng Kanyang tapos na gawain.

At sa Juan 10:9 din sinabi ng Panginoon, *Ako ang pintuan. Ang sinumang pumasok sa pamamagitan ko ay maliligtas, at papasok at lalabas, at makakatagpo ng pastulan.* Yan ang pangako. Sa Juan 10:27-29 sinabi rin:

> *Pinapakinggan ng aking mga tupa ang aking tinig, at sila'y aking kilala, at sila'y sumusunod sa akin. Sila'y binibigyan ko ng buhay na walang hanggan, at kailanma'y hindi sila mapapahamak, at hindi sila aagawin ng sinuman sa aking kamay. Ang mga ibinigay sa akin ng aking Ama ay higit na dakila kaysa lahat, at walang maka-kaagaw ng mga ito sa kamay ng Ama.*

Pagnilayan natin iyan! Ang Ama, ang Anak, at ang Espiritu Santo ay nakapangako na itataguyod tayo. Makikita natin na hindi lamang ang Ama, hindi lamang ang Anak, kundi lahat ng tatlong persona ng Diyos ang nakapangako.

Maraming tao ang nais ng karagdagang tanda bukod sa Salita ng Diyos. Iyan ay magdudulot lamang ng pag-aalinlangan. Kung nagpahayag ako na magkikita kami ng isang tao sa isang partikular na oras at lugar bukas, at hihingi siya ng aking relos bilang tanda ng aking katapatan, iyan ay isang pagtataksil sa aking katapatan. Hindi natin dapat pagdudahan ang sinabi ng Diyos. Siya ay nagbigay ng mga pahayag pagkatapos ng mga pahayag at ilustrasyon pagkatapos ng iba pang ilustrasyon. Sinabi ni Hesus:

> *Ako ang pintuan. Ang sinumang pumasok sa pamamagitan ko ay maliligtas.*
> (Juan 10:9)

*Ako ang mabuting pastol. Kilala ko ang
sariling akin, at kilala ako ng sariling akin.*
(Juan 10:14)

*Ako ang ilaw ng sanlibutan. Ang sumusu-
nod sa akin ay hindi kailanman lalakad sa
kadiliman, kundi magkakaroon ng ilaw ng
buhay.* (Juan 8:12)

Sinabi ni Jesus na *Ako ang daan, at ang katotohanan,
at ang buhay.* (Juan 14:6). Tanggapin Mo ako, at maka-
kamit mo ang katotohanan, dahil ako ang kasagutan
ng katotohanan.

Gusto mo bang malaman ang daan? Sundan Mo ako,
at ako ang magdadala sa iyo sa kaharian. Nagugutom ka
ba sa katuwiran? Ako ang tinapay ng buhay. *Ang lumalapit
sa akin ay hindi magugutom, at ang sumasampalataya
sa akin ay hindi kailanman mauuhaw.* (Juan 6:35).

Si Hesus ay ang buhay na tubig. *Ang sinumang umi-
inom ng tubig na aking ibibigay ay hindi na mauuhaw
magpakailanman. Ang tubig na aking ibibigay sa kanya
ay magiging isang bukal ng tubig tungo sa buhay na
walang hanggan.* (Juan 4:14)

Sinabi Niya, *Ako ang muling pagkabuhay at ang
buhay. Ang sumasampalataya sa akin, bagama't siya'y
mamatay, ay mabubuhay. At ang bawat nabubuhay at
sumasampalataya sa akin ay hindi mamamatay mag-
pakailanman.* (Juan 11:25-26)

Pahintulutan niyo akong ipaalala saan nanggagaling
ang ating pag-aalinlangan. Marami sa mga minamahal
ng Diyos ay hindi umaabot sa pagkilala sa kanilang sarili

bilang mga alipin. Pero tayo, tinatawag Niya tayong mga kaibigan. Kapag pumunta ka sa isang bahay, agad mong makikita ang pagkakaiba ng alipin at ng anak. Ang anak ay nakalalakad nang malaya sa buong bahay; siya ay nasa kanyang tahanan. Ngunit ang alipin ay kumakapit sa kanyang nakatalagang puwesto. Kailangan nating lumagpas sa pagiging mga alipin. Dapat nating maunawaan ang ating kalagayan sa Diyos bilang mga anak na lalaki at babae. Hindi Niya tayo itatanggi, tayong mga anak na Niya. Hindi lamang tayo itinalaga, kundi tayo ay Kanyang mga anak sa pamamagitan ng pagkapanganak sa Kanyang kaharian. Ang aking maliit na anak ay tunay na akin nang siya ay isang araw pa lamang, tulad din ngayon na siya ay labing-apat na taong gulang. Siya ay anak ko, kahit na hindi pa malinaw kung ano siya sa kanyang paglaki. Siya ay akin, kahit na siya ay magkaroon ng pagtatrabaho sa ilalim ng mga guro at tagapagturo. Hindi perpekto ang mga anak ng Diyos, pero tayo ay perpektong mga anak Niya.

Ang isa pang pinagmumulan ng mga pagdududa ay mula sa pagtingin natin sa ating sarili. Kung gusto nating maging malungkot at miserable, punong-puno ng pagdududa mula umaga hanggang gabi, tingnan natin ang ating sarili. *Iyong iingatan siya sa ganap na kapayapaan, na ang pag-iisip ay nananatili sa iyo, sapagkat siya'y nagtitiwala sa iyo.* (Isaias 26:3). Maraming mahal na anak ang Diyos na nawawalan ng kagalakan dahil patuloy nilang tinitingnan ang kanilang sarili.

Mayroong nagsabi, "May tatlong paraan ng pagtingin. Kung nais mong maging malungkot, tingnan ang iyong sarili; kung nais mong maguluhan, tingnan ang paligid;

ngunit kung nais mong magkaroon ng kapayapaan, tumingin sa itaas." Si Pedro ay tumingin palayo kay Kristo, at kaagad siyang lumubog. *O ikaw na maliit ang pananampalataya, bakit ka nag-alinlangan?* (Mateo 14:31). Mayroon siyang walang hanggang salita ng Diyos, na matatag na pundasyon at mas mahusay kaysa marmol, granito, o bakal, ngunit nang siya ay tumingin palayo kay Kristo, siya ay lumubog. Ang mga taong tumitingin sa paligid ay hindi makakikita kung gaano kahina at kahiya-hiya ang kanilang lakad. *Jesus na siyang nagtatag at nagpasakdal ng ating pananampalataya.* (Hebreo 12:2).

Noong ako'y bata pa, hindi ako makagawa nang tuwid na daan sa niyebe kung hindi ako nakatitig sa puno o anumang bagay na nasa harapan ko. Kapag naitaas ko ang mata ko mula sa marka sa harapan ko, lumiliko ako. Tanging kapag nakatitig tayo kay Kristo, makakamit natin ang ganap na kapayapaan. Pagkatapos Siya'y muling nabuhay, *ipinakita niya sa kanila ang kanyang mga kamay at mga paa* (Lucas 24:40). Ito ang pundasyon ng kanilang kapayapaan. Kung nais mong mawala ang iyong mga pag-aalinlangan, titigan ang Kanyang dugo; kung nais mong palakihin ang iyong mga pag-aalinlangan, titigan mo ang sarili. Makakukuha ka ng sapat na pag-aalinlangan sa loob ng ilang araw sa pamamagitan nang pagmumuni-muni sa sarili.

Tingnan mo kung ano Siya at kung ano ang Kanyang ginawa, hindi kung ano ka at kung ano ang nagawa mo. Iyan ang paraan para magkaroon ng kapayapaan at pahinga.

Si Abraham Lincoln ay naglabas ng proklamasyon na nagdedeklara ng pagpapalaya ng tatlong milyong mga alipin. Sa isang tiyak na araw, ang kanilang mga tanikala ay sisirain, at sila ay magiging malaya. Ang proklamasyon ay ipinaskil sa mga puno at bakod saanman dumaan ang hukbo ng Hilagang pangkalakalan. Hindi nakababasa ang maraming alipin, ngunit nagbabasa ang iba sa kanila ng proklamasyon, at karamihan sa kanila ay naniniwala rito. Sa tiyak na araw na iyon, may masayang sigawan: "Malaya na kami!" May ilang hindi nagsasabing sila'y malaya, at nanatili sa kanilang mga dating amo, ngunit hindi ito nagbago sa katotohanang sila ay malaya na. Si Kristo, ang kumander ng ating kaligtasan, ay nagpapahayag nang kalayaan sa lahat ng may pananampalataya sa Kanya. Tanggapin natin Siya sa Kanyang salita. Ang damdamin ng mga alipin ay hindi ang nagpapalaya sa kanila. Ang kapangyarihan ay dapat manggaling sa labas. Ang pagtingin sa ating sarili ay hindi magpapalaya sa atin, ngunit ang pagtingin kay Kristo sa pamamagitan ng pananampalataya ang magpapalaya sa atin.

Si J. C. Ryle ay magaling na manunulat at sumulat siya ng tract tungkol sa Pananampalataya at Siguradong Kaligtasan:

> Pananampalataya ang ugat, at katiyakan naman ang bulaklak. Walang duda na hindi mo makakamit ang bulaklak kung walang ugat; ngunit hindi rin mapapansin na may ugat ka kung wala ang bulaklak.

> Ang Pananampalataya ay ang pagiging katulad ng naghihirap at nanginginig na babae na lumapit kay Hesus sa gitna ng

Kanyang mga tagasunod at humipo sa laylayan ng Kanyang damit (Marcos 5:25). Ang katiyakan naman ay si Stephen na nakatayo nang mahinahon sa gitna ng mga papatay sa kanya at nagsasabi, *Nakikita kong bukas ang mga langit at ang Anak ng Tao na nakatindig sa kanan ng Diyos.* (Mga Gawa 7:56).

Ang pananampalataya ay tulad ng mag-nanakaw na nagsisisi at nagsabing, *Jesus, alalahanin mo ako* (Lucas 23:42). Ang kati-yakan naman ay tulad ni Job na nakaupo sa abo, nababalot ng mga sugat at nagsasa-bing, *Sapagkat nalalaman ko na ang aking Manunubos ay nabubuhay* (Job 19:25). *Bagaman ako'y patayin niya, ako'y aasa pa rin sa kanya* (Job 13:15).

Ang pananampalataya ay ang sigaw ni Pedro nang siya ay nalulunod: *Panginoon, iligtas mo ako!* (Mateo 14:30). Ang kati-yakan naman ay ang parehong si Pedro na nagpapahayag sa harap ng Konsilyo, *Itong si Jesus, ang bato na itinakuwil ninyong mga tagapagtayo ang siyang naging batong panulukan. Walang kaligtasan sa kanino pa man, sapagkat walang ibang pangalan sa ilalim ng langit na ibinigay sa mga tao na ating ikaliligtas* (Gawa 4:11-12).

Ang pananampalataya ay ang nababahalang boses na nagsasabi: *Nananampalataya ako; tulungan mo ang kawalan ko ng pananampalataya!* (Marcos 9:24). Ang katiyakan ay ang tiwala sa sarili na nagpapahayag: *Sino ang magsasakdal ng anuman laban sa mga pinili ng Diyos? Ang Diyos ang siyang umaaring-ganap. Sino ang hahatol?* (Roma 8:33-34).

Ang pananampalataya ay ang dasal ni Saul sa bahay ni Judas sa Damascus, kalunoslunos, bulag at nag-iisa (Mga Gawa 9:11). Ang katiyakan ay si Pablo, ang matandang bilanggo, na nakatitig nang mahinahon sa libingan at nagsasabing, *kilala ko ang aking sinampalatayanan* (2 Timoteo 1:12), *Kaya't mula ngayon ay nakalaan na sa akin ang putong ng katuwiran* (2 Timoteo 4:8).

Ang pananampalataya ay buhay. Anong dakilang biyaya! Sino ang makapagsasabi ng kalaliman ng agwat sa pagitan ng buhay at kamatayan? Gayunpaman, ang buhay ay maaaring mahina, maysakit, hindi malusog, masakit, puno ng pagsubok, nag-aalala, pagod, nabigatan, walang kaligayahan, at walang ngiti sa mismong wakas.

Ang katiyakan ay higit pa sa buhay. Ito ay kalusugan, lakas, kapangyarihan, sigla, aktibidad, enerhiya, katapangan, at kagandahan.

Isang ministro noon ay nagbigay ng bendisyon sa ganitong paraan: "Ang puso ng Diyos ay para tayo'y malugod na tanggapin, ang dugo ni Kristo para tayo ay linisin, at ang Banal na Espiritu para tayo ay maging tiyak." Ang seguridad ng mananampalataya ay bunga ng gawain ng Espiritu ng Diyos.

Mayroong isa pang manunulat ang nagsabi:

Mayroon akong nakitang mga halaman at punongkahoy na tumubo mula sa mga bato at nakataas sa mga mapanganib na bangin, malalakas na talon, at malalim na batis; ngunit nanatili silang nakatayo at nagpa-pakita ng kanilang mga dahon at sanga tulad ng mga punongkahoy sa gitna ng isang makapal na kagubatan. Ang kanilang paghawak sa bato ang nagliligtas sa kanila, at ang impluwensiya ng kalikasan ay ang nagpapanatili ng kanilang buhay. Kaya't ang mga mananampalataya ay madalas na nakaharap sa mga panganib sa kanilang paglalakbay patungo sa langit, ngunit hangga't sila'y "nakatanim at nakatayo" sa Bato ng Panahon, sila ay lubos na ligtas. Ang kanilang paghawak sa Kanya ang nagbibigay ng katiyakan, at ang mga biyaya ng Kanyang biyaya ay nagbibigay ng buhay at nagpapanatili ng kanilang buhay. At

tulad ng punongkahoy na dapat mamatay,
o ang bato ay mahulog, bago ang paghihi-
walay sa kanila, kailangang mamatay ang
mananampalataya o gumuho ang Bato bago
mawala ang kanilang pagkakaisa.

Patungkol sa Panginoong Hesus, sinabi ni Isaias:

*At aking ikakapit siya na parang tulos sa
isang matibay na dako; at siya'y magig-
ing trono ng karangalan sa sambahayan
ng kanyang magulang. Kanilang ibibitin sa
kanya ang buong bigat ng sambahayan ng
kanyang magulang, ang mga anak at ang
angkan, bawat maliit na sisidlan, mula sa
mga tasa hanggang sa mga malalaking sisi-
dlan* (Isaias 22:23-24).

Mayroong isang pako, nakapako sa isang matibay na
lugar, at lahat ng mga kasangkapan at kubyertos ay
nakasabit dito. "Oh," sabi ng isang maliit na tasa, "ako
ay napakaliit, baka mahulog ako!"

"Oh," sabi ng isang kasangkapan, "hindi ka dapat
mag-alala tungkol sa iyo, pero ako ay napakabigat,
baka mahulog ako!"

At sabi ng isang maliit na tasa, "Sana ay kagaya
ako ng gintong tasa roon, hindi ako mag-aalala kung
mahuhulog man."

Ngunit sumagot ang gintong tasa, "Hindi dahil ako
ay isang gintong tasa kaya ako nananatili, kundi dahil
nakasabit ako sa pako."

Kung bumigay ang pako, tayong lahat ay mahuhulog – mga gintong tasa, tsinang tasa, tansong tasa, at lahat; ngunit habang nakasabit tayo sa Kanya, tayo ay ligtas.

Mayroon akong nabasang mga salita sa isang lapida: "Ipinanganak, namatay, kinupkop." Manalangin tayo sa Diyos na panatilihin tayo sa ganap na kapayapaan at siguradong may kaligtasan.

Kabanata 8

Si Kristo ang Lahat

Si Cristo ang pinakamahalaga sa lahat, at siya'y nasa inyong lahat. (Colosas 3:11)

Si Kristo ay lahat ng ating ginagawang maging Siya. Gusto kong bigyang-diin ang salitang *lahat. Gaya ng ugat sa tuyong lupa. Siya'y walang anyo o kagandahan man na dapat nating pagmasdan siya, at walang kagandahan na maiibigan natin sa kanya.* (Isaias 53:2). Wala Siyang halaga sa kanila; Siya ay hindi nila gustong tanggapin. May ilang Kristiyano na mayroong napakaliit na Tagapagligtas, dahil hindi sila handang tumanggap sa Kanya nang lubusan at pahintulutan Siyang gawin ang mga dakilang bagay para sa kanila. Ngunit mayroon ding ibang may dakilang Tagapagligtas, dahil nakikita nila na Siya ay dakila at makapangyarihan.

Kung nais nating malaman kung ano ang nais ni Kristo para sa atin, dapat unahin nating kilalanin Siya bilang ating Tagapagligtas mula sa kasalanan. Nang bumaba ang anghel mula sa langit upang ipahayag na si Hesus ay ipinanganak sa mundo, ipinahayag Niya ang Kanyang pangalan: *Ang pangalang itatawag mo sa kanya ay Jesus, sapagkat ililigtas niya ang kanyang bayan sa kanilang mga kasalanan* (Mateo 1:21). Naligtas na ba tayo sa kasalanan? Hindi naman dumating si Hesus upang iligtas tayo sa ating kasalanan kundi mula sa ating kasalanan.

May tatlong paraan ng pagkakakilala sa isang tao. May mga taong alam mo lamang dahil sa mga narinig mo tungkol sa kanila. Mayroon kang ilang kaalaman tungkol sa kanila dahil sa isang maikling pagpapakilala; kaunti lamang ang pagkakakilala mo sa kanila. At mayroon din na kilala mo na sa mahabang panahon; kilala mo sila nang lubusan. Sa parehong paraan, naniniwala ako na may tatlong uri ng mga tao ngayon sa Kristiyanong simbahan at sa labas nito. Ang iba ay nakakikilala kay Kristo sa pamamagitan lamang ng pagbabasa o pagkuha ng impormasyon tungkol sa Kanya - ang mga nakakikilala kay Kristo sa kasaysayan lamang. Ang iba naman ay may kaunting personal na kaalaman tungkol sa Kanya. *Ang ikatlo ay nauuhaw na tulad ni Pablo, Siya, at ang kapangyarihan ng kanyang muling pagkabuhay* (Filipos 3:10). Sa pagkakakilala natin kay Kristo, mas mamahalin natin Siya at mas mahusay natin Siyang paglilingkuran.

Tagapagligtas

Tingnan natin si Hesus habang nakapako sa krus, at tingnan natin kung paano Niya inalis ang kasalanan.

Dumating Siya sa mundo upang tubusin ang ating mga kasalanan. Kung talagang kilala natin Siya, kailangan muna nating makita Siya bilang ating Tagapagligtas mula sa kasalanan. Naaalala mo pa ba kung paano sinabi ng mga anghel sa mga pastol sa kapatagan ng Bethlehem, *Huwag kayong matakot, sapagkat narito, dala ko sa inyo ang magandang balita ng malaking kagalakan para sa buong bayan. Sapagkat ipinanganak sa inyo ngayon sa lunsod ni David ang isang Tagapagligtas, na siya ang Cristo, ang Panginoon* (Lucas 2:10-11). Kung babalikan mo si Propeta Isaias, pitong daang taon bago ipinanganak si Kristo, makikita mo ang mga salitang ito: *Ako, ako ang PANGINOON, at liban sa akin ay walang tagapagligtas* (Isaias 43:11).

Sa 1 Juan 4:14, nababasa natin: *Nakita namin at sinasaksihan na sinugo ng Ama ang Anak bilang Tagapagligtas ng sanlibutan.* Lahat ng relihiyong pagano ay itinuturo sa mga tao na kailangan nilang magtrabaho para maabot ang Diyos, ngunit ang relihiyon ni Hesus Kristo, ang Diyos ang bumaba sa atin upang iligtas tayo at iangat tayo mula sa hukay ng kasalanan. Sa Lucas 19:10, nababasa natin na si Kristo mismo ang nagsabi sa mga tao kung bakit siya dumating: *Ang anak ng Tao ay dumating upang hanapin at iligtas ang nawala.* Kaya magsimula tayo sa krus hindi sa kuna. Binuksan ni Kristo ang isang bago at buhay na daan patungo sa Ama. Inalis Niya ang lahat ng mga hadlang sa daraanan, kaya sinuman ang nagtitiwala kay Hesus bilang Tagapagligtas ay makatatanggap ng kaligtasan.

Tagahatid

Ngunit si Hesus-Kristo ay hindi lamang isang Tagapagligtas. Maaaring iligtas ko ang isang tao mula sa pagkalunod at iligtas siya mula sa kamatayan, ngunit hindi ko magagawa ang higit pa roon para sa kanya. Si Kristo ay higit pa sa isang Tagapagligtas. Noong ang mga anak ng Israel ay ilagay sa likod ng dugo, ang dugo na iyon ang kanilang kaligtasan, ngunit maririnig pa rin nila ang pagsibak ng latigo sa mga alipin kung hindi sila iniligtas mula sa pagka-alipin sa Ehipto. Siya ang Diyos na naghatid sa kanila paalis sa kamay ng hari ng Ehipto.

Ako ay may kaunting simpatya sa ideyang ang Diyos ay bumaba upang iligtas tayo at iniwan tayo bilang bilanggo ng ating mga nakagigipit na kasalanan. Hindi. Siya ay dumating upang magligtas at magbigay sa atin ng tagumpay laban sa ating mga masasamang disposisyon, mga pagnanasa, at mga hilig. Ikaw ba ay isang nagpapakilalang Kristyano ngunit alipin ng ilang nakababahalang kasalanan? Kung nais mong magtagumpay laban sa iyong mga kahinaan o mga pagnanasa, magpatuloy sa pagkilala kay Kristo nang mas malapitan. Siya ay nagdudulot ng kaligtasan para sa nakaraan, kasalukuyan, at hinaharap. *Siya na nagligtas sa amin mula sa kakilakilabot na kamatayan at patuloy na magliligtas; sa kanya ay inilalagak namin ang ating pag-asa na muli niya kaming ililigtas.* (2 Corinto 1:10).

Manunubos

Gaano kadalas tayong tulad ng mga bata ng Israel, nang dumating sila sa Dagat na Pula ay pinanghihinaan ng loob dahil lahat ng nakikita natin ay kadiliman at hindi natin alam kung saan pupunta? Katulad ni Pedro, nagtatanong tayo, *Panginoon, kanino kami pupunta?* (Juan 6:68). Ngunit lumitaw ang Diyos para sa ating kaligtasan. Binuksan Niya ang daan papunta sa lupain ng pangako. Si Kristo ay hindi lamang ang ating tagapagligtas, kundi Siya rin ay ating manunubos. Ito ay mas higit pa sa pagiging ating tagapagligtas. Binago Niya ang ating kalagayan. *Kayo'y ipinagbili sa wala, at kayo'y tutubusin na walang salapi* (Isaias 52:3). Hindi tayo binayaran *ng mga bagay na nasisira, tulad ng pilak o ginto* (1 Pedro 1:18). Kung sa pamamagitan ng ginto tayo maliligtas, hindi ba Niya kayang lumikha ng sampung libong mundo na puno ng ginto?

Gabay

Sa pagtubos ng Panginoon sa mga anak ng Israel mula sa pagkaalipin sa Ehipto at pagsapit sa ilang, ang Diyos ay naging kanilang Daan. Ako ay lubos na nagpapasalamat na hindi tayo iniwan ng Panginoon sa kadiliman ng daan gayundin sa tamang daan. Walang taong nabubulag na hindi makahahanap ng tamang daan. *Sinabi sa kanya ni Jesus, Ako ang daan* (Juan 14:6). Kung susundin natin si Kristo, tayo ay magiging nasa tamang daan at magkakaroon ng tamang doktrina. Siya rin ang ating Gabay sa bawat hakbang na ating gagawin sa buhay.

Sino ang makagagawa nang pagpapastol sa mga anak ng Israel sa gitna ng ilang na kagaya ng Makapangyarihang Diyos mismo? Alam Niya ang mga panganib at mga delubyo sa daan, at Siya ang nagturo sa mga tao sa kanilang paglalakbay patungo sa lupang pangako. Tama nga na kung hindi dahil sa kanilang sumpang di-paniniwala, maaaring nakatawid na sila papasok sa lupain sa Kades-Barnesa at nagmamay-ari na ngayon nito, ngunit mayroon silang ibang nais maliban sa salita ng Diyos; kaya't sila ay tumalikod at naglakbay sa ilang nang apatnapung taon.

Ako'y naniniwala na may libu-libong mga anak ng Diyos na naglalakbay pa rin sa ilang. Iniligtas sila ng Panginoon mula sa kamay ng mga taga-Ehipto at agad sana silang dadalhin sa ilang patungo sa lupang pangako, kung sila lamang ay handang sumunod kay Hesus. Siya ay pumunta rito at ginawa ang mga lugar na malubak na isang patag, ang madilim na lugar ay ginawang maliwanag at mga lugar na liko-liko ay ginawang tuwid. Kung tayo ay magpapagabay sa Kanya at susundan Siya, magkakaroon tayo ng kapayapaan, kagalakan, at kapahingahan.

Sa mga nasa kabundukan, kapag nagpupunta ang isang lalaki upang mangaso, dala niya ang isang pala-kol at tinatanggalan niya ng bahagi ng balat ang mga puno habang siya ay naglalakad sa kagubatan; ito ay tinatawag na "pagmamarka ng daan". Ginagawa niya ito upang malaman niya kung saan ang daan pabalik, dahil walang daan sa gitna ng kagubatan. Si Kristo ay bumaba sa mundo at "nagpaliwanag ng daan". Ngayong siya ay umakyat sa langit, kung tayo ay susunod lamang sa Kanya, tayo ay panatag na magiging nasa tamang daan.

Maaring malaman mo kung ikaw ay sumusunod kay Kristo sa ganitong paraan: Kung mayroong nanira o nagkamali ng paghusga sa iyo, paano mo siya tatratuhin, tulad ng kung paano gagawin ng iyong Panginoon? Kung hindi mo kayang magpakumbaba at magpatawad, kahit na lahat ng simbahan at mga ministro sa mundo ay hindi ka magagawang mabuti. *Subalit kung ang sinuma'y walang Espiritu ni Cristo, siya'y hindi sa kanya* (Roma 8:9). *Kaya't kung ang sinuman ay na kay Cristo, siya'y bagong nilalang; ang mga lumang bagay ay lumipas na, tingnan ninyo, ang lahat ay naging bago* (2 Corinto 5:17).

Liwanag

Si Kristo ay hindi lamang ang ating daan, kundi siya rin ang liwanag sa daan. Sinabi niya, *Ako ang ilaw ng sanlibutan. Ang sumusunod sa akin ay hindi kailanman lalakad sa kadiliman, kundi magkakaroon ng ilaw ng buhay* (Juan 8:12). Imposible para sa sinumang tao na sumusunod kay Kristo na lumakad sa kadiliman. Kung ang iyong kaluluwa ay nasa kadiliman, at ikaw ay naglalakad sa kalawakan ng mundo, iyon ay dahil lumihis ka sa tunay na liwanag. Walang ibang liwanag ang makapapawi sa kadiliman. Kung ikaw ay naglalakad sa kadiliman, hayaang pumasok si Kristo sa iyong puso. Siya ang liwanag.

Naalala ko ang isang larawan na gustong-gusto ko, pero matapos ko itong pakatitigan, hindi ko na ilalagay ito sa aking bahay maliban kung ihaharap ko ito sa pader. Nagpapakita ito kay Kristo na nakatayo sa isang pinto at kumakatok habang may malaking lampara sa kanyang kamay. Wala kang mapapala kung ilalagay mo ang isang lampara sa araw gaya ng pagsasabit ng lampara kay Kristo. Siya ang Araw ng Kabanalan, at karapatan nating maglakad sa ilaw ng walang pumapawing araw. (Malakias 4:2).

Kapayapaan at Kagalakan

Marami ang naghahanap ng liwanag, kapayapaan, at kagalakan. Hindi tayo sinabihan na hanapin ang mga ito. Kung pahihintulutan nating pumasok si Kristo sa ating mga puso, lahat ng ito ay darating nang kusa. Naaalala ko noong ako ay bata pa, sinusubukan kong habulin ang aking anino. Isang araw, habang naglalakad ako na nakatitig sa araw, noong lumingon ako, nakita ko na sumusunod ang aking anino. Habang ako ay nagmamadali, mas mabilis din ang takbo ng aking anino. Hindi ko ito maiiwasan. Kapag ang ating mga mukha ay nakatuon sa Araw ng Kabanalan, siguradong darating ang kapayapaan at kagalakan.

May isang lalaki na nagsabi sa akin kamakailan lamang, "Moody, ano ang nararamdaman mo?" Matagal na mula nang ako ay huling matanong tungkol sa aking nararamdaman kaya't kailangan kong tumigil at magisip-isip nang kaunti upang malaman. Ang ibang mga Kristiyano ay palaging nakatutok sa kanilang nararamdaman, at dahil hindi sila nakararamdam nang tama, iniisip nilang nawala na ang kanilang kagalakan. Kung pananatilihin nating nakatuon ang ating paningin kay Kristo at sa Kanya lamang, tayo ay mabibigyan ng lakas upang lampasan ang kadiliman at mga suliranin na maaring humadlang sa ating daan.

Naalala ko noong dumalo ako sa isang pagpupulong matapos ang pagputok ng Digmaang Sibil. Nagtagal ito nang anim na buwan. Ang hukbong Hilaga ay natalo nang lubusan; sa katunayan, wala kaming nakuhang tagumpay, at tila ba ang republika ay babagsak. Kami ay nalulumbay at nawawalan ng pag-asa. Sa pagpupulong na ito, tila ba lahat ay nagsalita na *isinabit namin doon, yaong dala naming lira.* (Awit 137:2). Isa ito sa pinakamalungkot na pagpupulong na naranasan ko. Sa wakas, may isang matandang lalaki na may magandang puting buhok ang tumayo upang magsalita. Ang kaniyang mukha ay tila ba may kislap. "Mga kabataan," aniya, " Parang hindi kayo anak ng Hari kung magsalita. Kahit na madilim dito, alalahanin ninyo na may liwanag sa ibang lugar." Pagkatapos ay nagpatuloy siya sa pagsasabi na kahit na madilim na sa buong mundo, may liwanag sa paligid ng trono ng Diyos.

Sinabi niya sa amin na galing siya sa Silangan, kung saan inilarawan sa kanya ng kaibigan niya kung paano siya umakyat ng bundok upang doon tumuloy at masaksihan ang pagsikat ng araw. Habang umuusad ang grupo sa pag-akyat ng bundok at bago pa man sila makarating sa tuktok, mayroong isang bagyo ang dumating. Sinabi ng kaibigan sa tagapamahala, "isusuko ko na ito; ibalik mo na ako."

Ang gabay ay ngumiti at sinabi, "Sa tingin ko, aakyat tayo pataas at malalampasan natin ang ibabaw ng bagyo." Patuloy silang umakyat at nakarating sa isang lugar na tahimik tulad ng isang tag-araw na gabi. Sa ibaba ng bundok ay mayroong isang malakas na bagyo; naririnig nila ang kulog at nakikita ang mga kidlat, ngunit lahat ay payapa at mapayapa sa tuktok ng bundok.

"Kaya mga kaibigan ko," patuloy ng matandang lalaki, "kahit na madilim sa paligid ninyo, lumapit kayo nang kaunti sa itaas at lalayo ang kadiliman." Madalas, kapag ako ay nahuhulog sa kalungkutan, naiisip ko ang kanyang sinabi. Kung ikaw ay nasa ilalim ng lambak na may makapal na ulap at kadiliman, umakyat nang kaunti; lumapit kay Kristo at mas makikilala mo Siya nang lubusan.

Ang Bibliya ay nagsasabi na nang mamatay si Kristo sa krus, ang ilaw ng mundo ay namatay. Nagpadala ang Diyos ng Kanyang Anak upang maging ilaw ng mundo, ngunit hindi ito minahal ng mga tao dahil ito ay nagpapakita sa kanilang mga kasalanan. Nang papatayin na nila ang liwanag, ano ang sinabi ni Kristo sa Kanyang mga alagad? *Kayo'y magiging mga saksi ko* (Mga Gawa 1:8). Siya ay nagpatuloy upang magtaguyod para sa atin, ngunit nais Niyang magliwanag tayo para sa Kanya rito sa mundo. *Kayo ang ilaw ng sanlibutan* (Mateo 5:14). Ang ating trabaho ay magliwanag, hindi para magyabang at mapansin ng mga tao. Ang kailangan nating gawin ay magpakita ng pagkatao ni Kristo. Kung mayroon tayong anumang liwanag, ito ay hiram na ilaw lamang.

Mayroong nagsabi sa isang batang Kristiyano, "Nabago! Ito ay liwanag ng buwan!"

Ang batang Kristiyano ay sumagot, "Salamat po sa paglilinaw. Ang buwan ay humihiram ng liwanag nito sa araw, at tayo naman ay humihiram ng liwanag natin mula sa Araw ng Katarungan." Kung tayo ay kay Kristo, tayo ay nandito upang magliwanag para sa Kanya. Sa bandang huli, tatawagin Niya tayo upang sumama sa Kanya sa kanyang kaharian.

Naaalala ko ang kwento tungkol sa isang bulag na lalaki na nakaupo malapit sa kalsada na may dalang ilaw. Nang tanungin kung bakit may ilaw siya kahit hindi niya ito nakikita, sinabi niya na ito ay upang hindi siya matapakan ng mga tao. Naniniwala ako na mas maraming tao ang natitisod sa hindi paninindigan kaysa sa ibang dahilan. Ang nakasasama sa pagiging Kristiyano ay ang malamig at patay na pormalismo, pagsunod sa mundo at pagsasabing mayroon tayo pero wala naman talaga. Nakaabang ang mundo sa atin. Sa palagay ko, si George Fox ang nagsabi na dapat magbigay-liwanag ang bawat Quaker sa mga lugar na nasa sampung milya sa paligid niya. Kung lahat tayo ay malinaw na nagbibigay-liwanag para sa Panginoon, maabot nito ang mga tao sa paligid natin, at magka-karoon ng isang masiglang papuri na aakyat sa langit.

Katotohanan

Maraming tao ang nagsasabi, "Gusto kong malaman kung ano ang katotohanan." Pakinggan: Sinabi ni Hesus na Siya ang katotohanan (Juan 14:6). Kung nais mong malaman kung ano ang katotohanan, kilalanin mo si Kristo. Marami rin ang nagrereklamo na wala silang buhay. Marami ang sumusubok na bigyan ang kanilang sarili ng espirituwal na buhay. Maaring palakasin mo ang iyong sarili at mag-lagay ng kuryente sa iyong katawan, pero ang epekto nito ay hindi magtatagal. Si Kristo lamang ang tagasulat ng ating buhay. Kung nais mong magkaroon ng tunay na espirituwal na buhay, kilalanin si Hesus Kristo. Marami ang sumusubok na painitin ang kanilang espirituwal na buhay sa pamamagitan ng pagpunta sa mga pagtitipon. Maaaring ito ay mabuti, ngunit hindi ito magiging kapaki-pakinabang kung hindi sila makikipag-ugnayan sa buhay na si Kristo; sa gayon ang kanilang espirituwal na buhay ay hindi magiging paminsan-minsan lamang, kundi magiging walang hanggan, patuloy na umaagos at nagbubunga para sa Diyos.

Tagabantay

Si Hesus ang tagabantay natin. Maraming mga kabataang disipolo ang natatakot na hindi nila kayang panindigan at tumagal sa pananampalataya. *Ang tagapagtanggol ng bayang Israel, hindi natutulog at palaging gising!* (Mga Awit 121:4). Ang trabaho ni Kristo ay magbantay sa atin at kung Siya ang nagbabantay sa atin, walang panganib na makararating sa atin. Kapag ang reyna ng England ang nagtago ng korona, mayroong magnanakaw na magtatangka na makapasok at kunin ito, pero ito ay nakalagak sa tore ng London at binabantayan ng mga sundalo araw at gabi. Ang buong hukbo ng Ingles ay tawagin upang protektahan ito kung kinakailangan. Wala tayong lakas sa ating sarili. Hindi natin kaya, ni Satanas ay hindi; mayroon na siyang anim na libong taon ng karanasan. Pero alalahanin natin na ang nagbabantay sa atin ay hindi natutulog o nagpapahinga. Sa Isaias 41:10, sinasabi sa atin, *Ako'y sasaiyo, huwag kang matakot, ako ang iyong Diyos, hindi ka dapat mangamba. Palalakasin kita at tutulungan, iingatan at ililigtas.* Sa Jude 1:24, sinasabi sa atin na sa Kanya *na makapag-iingat sa inyo upang hindi kayo magkasala, May Tagapagtanggol tayo sa Ama, si Jesu-Cristo, ang matuwid* (1 Juan 2:1).

Pastol

Si Hesus Kristo ay ang ating pastol. Bahagi ng gawain ng isang pastol ay alagaan ang mga tupa, magpatubo ng makakain nila, at protektahan sila. Sinabi Niya, *"Ako ang mabuting pastol. . . . Ang aking mga tupa ay* papakinggan nila ang aking tinig. . . . iniaalay ko ang aking buhay para sa aking mga tupa. Sa kahanga-hangang ika-sampung kabanatang iyon ng Juan, ginamit ni Kristo ang panghalip na "ako" ng hindi bababa sa 28 beses upang ipahayag kung sino Siya at kung ano ang gagawin Niya. Sa talatang 28, sinabi Niya, Kailanma'y hindi sila mapapahamak, at hindi sila aagawin ng sinuman sa aking kamay. Walang tao o demonyo ang makagagawa nito. Sinabi rin sa Kasulatan, *Ang inyong buhay ay natatagong kasama ni Cristo sa Diyos* (Colosas 3:3). Gaano kahanda at kaligtas!

Si Kristo ay nagsabi, *Pinapakinggan ng aking mga tupa ang aking tinig... sila'y sumusunod sa akin* (Juan 10:27). May isang lalaking nakatira sa Silangan ang nakarinig tungkol sa isang pastol na kayang tawagin ang lahat ng kanyang mga tupa sa pangalan. Pumunta siya at nagtanong kung totoo ito. Dinala siya ng pastol sa pastulan kung saan nandoon ang mga tupa, at tinawag niya ang isa sa kanila sa pamamagitan ng pangalan. Isang tupa ang tumingin at sumagot sa tawag, habang ang iba ay nagpatuloy sa pagkain at hindi nagbigay ng atensyon. Gayundin, tinawag niya ang humigit-kumulang sa labindalawang tupa sa paligid niya. Sinabi ng estranghero, "Paano mo nalalaman kung alin sa kanila ang sinasabi mo? Silang lahat ay halos magkakamukha."

Tingnan mo," sabi niya, "itong isa ay may maliit na paa; ito naman ay mayroong kulang-kulang sa mata; ito naman ay may tanggal na balahibo, ito ay may itim na tuldok; ito naman ay may hiwa sa tenga." Alam ng lalaki ang kanyang mga tupa dahil sa mga kakulangan nito, dahil wala siyang perpekto ni isa sa buong kawan. Siguro ganito rin ang pagkakakilala sa atin ng ating Pastol.

May isang pastol sa Silangan na nagkukwento sa isang lalaki na ang kanyang mga tupa ay nakakikilala ng kanyang tinig at hindi sila maloloko ng ibang tao. Naisip ng lalaki na subukan ito at sinuot niya ang damit ng pastol at kinuha ang tungkod bago pumunta sa kawan. Iniba niya ang kanyang tinig at sinubukan niyang magsalita katulad ng pastol, ngunit hindi siya nakapag-utos sa kahit isang tupa na sumunod sa kanya. Nagtanong siya sa pastol kung may mga tupa ba siya na sumusunod sa ibang tao. Sinabi ng pastol na kung may isang tupa na may sakit, magtatangka itong sumunod sa sinuman.

Kapareho ng mga tupa, karamihan sa mga nagpapanggap na Kristiyano ay sumusunod sa sinumang guro na dumadating kapag sila ay nagkakasakit at nanghihina sa pananampalataya; ngunit kapag malakas ang kaluluwa, hindi madaling mapalalayas ng maling mga doktrina at sabi-sabi. Alam niya kung totoo o hindi ang mga salita na naririnig niya. Kung talagang nakikipag-ugnayan siya sa Diyos, agad niyang makikilala ang tinig ng Diyos. Kapag nagpadala ang Diyos ng tunay na tagapagdala ng salita, mabilis na maka-aabot ang Kanyang mga salita sa puso ng Kristiyanong tumatanggap.

Si Kristo ay isang malambing na pastol. Minsan ay maaaring isipin mong hindi Siya ganap na malambing na pastol sa iyo, kung ikaw ay dumaraan sa pamamagitan ng bakal na disiplina. Nakasulat, *Sapagkat dinidisiplina ng Panginoon ang kanyang minamahal, at pinaparurusahan ang bawat itinuturing na anak* (Hebreo 12:6). Ang pagdaan mo sa ilalim ng bakal na pagdidisiplina ay hindi nangangahulugang hindi ka mahal ni Kristo. Ang kaibigan ko ay nawalan ng lahat ng kanyang mga anak. Walang lalaki na magmamahal sa iba ng higit sa kanyang pamilya ngunit ang scarlet fever ay kinuha ang kanilang mga anak isa-isa, lahat ng apat hanggang lima ay sunod-sunod na namatay. Ang mga magulang ay nagpunta sa Britanya at naglakbay mula sa isang lugar patungo sa iba, dito at sa kontinente.

Natagpuan nila ang daan patungong Syria. Isang araw, nakakita ang mag-asawa ng isang pastol sa Syria na pumunta sa isang ilog at tinawag ang kanyang kawan upang tumawid sa ilog. Ang mga tupa ay lumapit sa tabi ng ilog at tumingin sa tubig, ngunit tila ba sila ay natatakot na baka lumubog sila, kaya hindi sila sumunod sa kanyang tawag. Kumuha siya ng isang maliit na tupa at isiniksik ito sa ilalim ng isang bisig; kinuha rin niya ang isa pang tupa at isiniksik din sa ilalim ng kabilang bisig, at saka siya tumawid ng ilog. Nang makita ng mga matatanda sa kawan na hindi natatakot sa pagtawid ng ilog ang kanilang mga anak, sumunod na rin sila sa kanilang pastol. Pagkatapos ay pinakain sila ng pastol at dinala sa mas magandang pastulan.

Habang tinitingnan nila ang nangyayari, naramdaman ng nagluluksang ama at ina na ito'y nagtuturo sa kanila ng leksyon. Hindi na sila nagrereklamo dahil kinuha ng Dakilang Pastol ang kanilang mga tupa isa-isa patungo sa susunod na buhay. Tumingin sila sa itaas at sa hinaharap upang sundan ang kanilang minamahal na nawala. Kung mayroon kang mga minamahal na pumanaw na, tandaan mo na ang iyong Pastol ay tumatawag sa iyo. *Ituon ninyo ang inyong pag-iisip sa mga bagay na nasa itaas, hindi sa mga bagay na nasa ibabaw ng lupa* (Colosas 3:2).

Maging tapat tayo sa Kanya at sundin natin Siya habang tayo'y naririto sa mundong ito. Kung hindi mo pa Siya tinanggap bilang iyong Pastol, gawin mo ito ngayong araw.

Marami pang iba

Ang ating Panginoong Hesus ay hindi lamang lahat ng mga bagay na nabanggit ko. Siya rin ang ating Tagapamagitan, Tagapag-ingat, at Tagapawalang-sala; sa katunayan, kailangan pa ng maraming libro para maipaliwanag kung ano ang nais Niya para sa bawat kaluluwa. Habang naglilinis ako ng aking mga papel, nabasa ko ang kamangha-manghang paglalarawan kay

Kristo na ito. Hindi ko alam kung saan ito nanggaling, pero ito ay sobrang nakapagpapasariwa sa aking kaluluwa kaya nais kong ibahagi ito sa inyo:

- Si Kristo ay ang Daan; sa Kanya tayo lumalakad.

- Siya ang Katotohanan; niyayakap natin Siya.

- Siya ang Buhay; sa Kanya tayo nabubuhay.

- Siya ang Panginoon natin; pinili natin Siya upang maghari sa atin.

- Siya ang ating Pinuno, pinaglilingkuran natin Siya.

- Siya ang ating Tagapagturo, nagtuturo sa atin ng paraan ng kaligtasan.

- Siya ang aming Propeta, nagtuturo sa atin tungkol sa hinaharap.

- Siya ang ating Pari, na nagbayad para sa atin.

- Siya ang ating Tagapagtaguyod, nabubuhay upang magtaguyod para sa atin.

- Siya ang ating Tagapagligtas, nagliligtas hanggang sa katapusan.

- Siya ang ating Ugat; tayo'y lumalago sa Kanya.

- Siya ang ating Tinapay; tayo'y kumakain sa Kanya.

- Siya ang ating Pastol, na nagdadala sa atin sa mga luntiang pastulan.

- Siya ang ating tunay na Ubas; nananatili tayo sa Kanya.

- Siya ang Tubig ng Buhay; napapawi ang uhaw natin sa Kanya.

- Siya ang pinakamagandang sa sampung libo; pinapahalagahan natin Siya sa ibabaw ng lahat.

- Siya ang liwanag ng kaluwalhatian ng Ama at ang tumpak na larawan ng Kanyang pagkatao; ating pinag-aaralan na tularan Siya.

- Siya ang nagtataguyod ng lahat ng mga bagay; nakapagpapahinga tayo sa Kanya.

- Siya ang ating Karunungan; tayo'y inaakay Niya.

- Siya ang ating Katarungan; ibinibigay natin lahat ng ating di pagiging perpekto sa Kanya.

- Siya ang ating Santuwaryo; kumukuha tayo ng lakas para sa banal na buhay sa Kanya.

- Siya ang ating Kaligtasan, nagliligtas hanggang sa dulo.

- Siya ang ating Tagapagpagaling, nagpapagaling sa lahat ng ating karamdaman.

- Siya ang ating Kaibigan, nag-aaliw sa atin sa lahat ng pangangailangan.

- Siya ang ating Kapatid, nagpapagaan sa atin sa ating mga problema.

- Siya ang ating Muling Pagkabuhay: kahit mamatay tayo, mabubuhay tayo muli sa Kanya.

- Siya ang ating Walang Hanggang Buhay: tatanggapin natin ang "hininga ng kadakilaan" mula sa Kanya.

Si Gotthold Lessing ay sumulat ng isa pang magandang sipi:

Para sa akin, ang aking kaluluwa ay tulad ng isang nagugutom at nauuhaw na bata, at kailangan ko ang Kanyang pagmamahal at konsolasyon para sa aking pagpapahinga. Ako ay isang naliligaw at nawawalang tupa, at kailangan ko Siya bilang isang mabuti at tapat na pastol. Ang aking kaluluwa ay tulad ng isang natatakot na kalapati na hinahabol ng lawin, at kailangan ko ang Kanyang mga sugat bilang isang tirahan. Ako ay isang mahinang puno ng ubas, at kailangan ko ng Kanyang krus upang hawakan at ikutan. Ako ay isang makasalanan, at kailangan ko ang Kanyang katuwiran. Ako ay hubad at walang saplot, at kailangan ko ang Kanyang kabanalan at kahinhinan bilang isang takip. Ako ay nasa pag-aalala at takot, at kailangan ko ang Kanyang kaluwagan. Ako ay walang kaalaman, at kailangan ko

ang Kanyang pagtuturo; simple at mang-
mang, at kailangan ko ng gabay ng Kanyang
Banal na Espiritu. Sa kahit anong sitwasyon
at sa kahit anong oras, hindi ko kayang
mabuhay nang wala Siya. Nananalangin
ba ako? Kailangan Niya akong kumbin-
sihin at pakilusin para sa akin. Kung ako
ay inaakusahan ni Satanas sa harapan ng
banal na korte? Siya ang aking tagapagtang-
gol. Kung ako ay may kahirapan? Siya ang
aking tagatulong. Kung ako ay inuusig ng
mundo? Siya ang magtatanggol sa akin.
Kapag ako'y iniwan, Siya ang aking suporta.
Kapag mamamatay na ako, Siya ang aking
buhay; kapag nasa libingan na ako, Siya
ang aking muling pagkabuhay. Gayon nga,
mas gugustuhin ko pang iwanan ang buong
mundo at lahat ng nandirito, para sa Iyo,
aking Tagapagligtas; at, salamat sa Diyos,
alam ko na hindi Mo rin kayang mabuhay
nang wala ako. Kayo ay mayaman, at ako ay
mahirap. Kayo ay mayroong saganang kag-
inhawaan, at ako ay nangangailangan. Kayo
ay mayroong katuwiran, at ako ay may mga
kasalanan. Kayo ay mayroong alak at langis,
at ako ay may mga sugat. Kayo ay mayroong
gamot at pagkakapawi ng pagod, at ako ay
may kagutuman at uhaw.

Gamitin mo ako, Tagapagligtas ko, para sa
anumang layunin, at sa anumang paraan

na kailangan mo. Narito ang aking munting puso, isang walang laman na sisidlan; punuin mo ng Iyong biyaya. Narito ang aking makasalanan at nababagabag na kaluluwa; bigyan mo ng buhay at bagong sigla sa pamamagitan ng iyong pag-ibig. Tanggapin Mo ang aking puso bilang tahanan Mo; gamitin Mo ang aking bibig upang ipakalat ang kaluwalhatian ng Iyong pangalan; gamitin Mo ang aking pag-ibig at lahat ng aking kakayahan para sa pagsulong ng Iyong karangalan at paglilingkod sa Iyong mga mananampalataya. Huwag Mong hayaang bumagsak ang aking matatag na pananampalataya at tiwala, upang sa lahat ng pagkakataon ay magawa kong sabihin mula sa puso, "Kailangan ko si Hesus, at Siya naman ay kailangan din ako; kaya't kami ay nababagay sa isa't isa."

Kabanata 9

Pagtalikod sa Pananampalataya

Pagagalingin ko na sila sa kanilang katak-silan, mamahalin ko na sila nang walang katapusan, sapagkat napawi na ang galit ko sa kanila. (Oseas 14:4)

May dalawang uri ng mga tumatalikod. Ang iba ay hindi pa talaga naging tunay na Kristiyano; sumapi lamang sila sa pagiging Kristiyano at nagpapanggap na tumatalikod, ngunit hindi pa talaga sila nagiging Kristiyano. Maaaring mag-usap sila tungkol sa pagkakatisod, ngunit hindi pa talaga sila nabuhay muli sa pamamagitan ng mga salitang walang kapintasan. Dapat silang tratuhin ng iba sa mga tunay na tumalikod - ang mga taong ipinanganak na muli sa pamamagitan ng hindi bulok na binhi, ngunit bumaling sa ibang daan. Nais natin silang ibalik sa huli sa pamamagitan ng daang pinagmulan ng kanilang unang pag-ibig.

Dumako ka sa Mga Awit 85:5-7. Dito ay nababasa: *Ang pagkagalit mo at poot sa ami'y wala bang hangganan? Di na ba lulubag, di ba matatapos ang galit mong iyan? Ibangon mo kami, sana'y ibalik mo ang nawalang lakas, at kaming lingkod mo ay pupurihin ka na taglay ang galak. Kaya ngayon, Yahweh, ipakita mo na ang pag-ibig mong wagas. Kami ay lingapin at sa kahirapan ay iyong iligtas.*

Tingnan ngayon ang Mga Awit 85:8: *Aking naririnig mga pahayag na kay Yahweh nagmula; sinasabi niyang ang mga lingkod niya'y magiging payapa, kung magsisisi at di na babalik sa gawang masama.*

Walang anumang bagay na makapagbibigay ng magandang epekto sa mga tumatalikod kundi ang magkaroon ng pakikitungo sa salita ng Diyos; para sa kanila, ang Lumang Tipan ay puno ng tulong tulad ng Bagong Tipan. Ang aklat ni Jeremias ay may ilang kahanga-hangang mga talata para sa mga taong naglalakbay. Ang layunin natin ay makuha ang mga tumalikod na makinig sa sasabihin ng Diyos na Panginoon.

Tingnan natin sandali ang Jeremias 6:10: *Ang sabi ko naman, "Sino po ang makikinig sa akin, kung sila'y kausapin ko at bigyang babala? Sarado ang kanilang mga pandinig. Ayaw nilang pakinggan ang iyong mga mensahe at pinagtatawanan pa ang sinasabi ko.* Iyan ang kalagayan ng mga tumatalikod. Wala silang anumang kasiyahan sa Salita ng Diyos. Pero nais natin silang ibalik upang pakinggan ang Diyos. Ngayon basahin natin ang Jeremias 6:14-17:

Hindi nila pansin ang kahirapan ng aking
bayan; ang sabi nila, 'Payapa ang lahat,'
gayong wala namang kapayapaan. Nahihiya
ba sila sa ginawa nilang kalikuan? Hindi
na sila tinatablan ng hiya, makapal na ang
kanilang mukha. Kaya't sila'y babagsak
tulad ng iba. Ito na ang kanilang wakas,
kapag sila'y aking pinarusahan. Akong si
Yahweh ang nagsabi nito." Sinabi ni Yahweh
sa kanyang bayan, "Tumayo kayo sa panulu-
kang-daan at magmasid; hanapin ninyo ang
lumang kalsada, at alamin kung saan ang
pinakamabuting daan. Doon kayo lumakad,
at magtatamo kayo ng kapayapaan." Subalit
ang sabi nila, "Ayaw naming dumaan doon."
Kaya't si Yahweh ay humirang ng mga ban-
tay upang marinig ng Israel ang tunog ng
kanilang trumpeta. Ngunit sabi nila, "Hindi
namin iyon papakinggan."

Ito ang kalagayan ng mga Hudio noong sila ay naligaw.
Sila ay lumayo sa dating landas. Ito rin ang kalagayan ng
mga tumatalikod. Sila ay lumayo sa mainam na matan-
dang aklat. Si Adan at si Eba ay nalugmok dahil hindi
sila nakinig sa salita ng Diyos. Hindi nila pinaniwalaan
ang salita ng Diyos, ngunit pinaniwalaan nila ang tukso.
Iyan ang dahilan kung paano naliligaw ang mga tuma-
likod - sa pamamagitan ng pag-alis sa Salita ng Diyos.

Sa ikalawang kabanata ng Jeremias, nakita natin
Siya na nakikiusap sa kanila katulad ng isang ama na
nakikiusap sa kanyang anak:

*Sinasabi ni Yahweh: Ano ba ang nagawa
kong kamalian at ako'y tinalikdan ng
inyong mga magulang? Sumamba sila sa
mga walang kabuluhang diyus-diyosan
kaya sila'y naging walang kabuluhan din.
Kaya't muli kong susumbatan ang aking
bayan at uusigin ko hanggang kaapu-
apuhan. Dalawa ang kasalanan ng aking
bayan: Tinalikuran nila ako, ako na bukal
na nagbibigay-buhay, at humukay sila ng
mga balon, ngunit mga balong butas na
walang naiipong tubig* (Jeremias 2:5, 9, 13).

Isa sa mga bagay na dapat bigyang pansin ng mga tuma-
talikod ay hindi sila iniwan ng Panginoon, kundi sila
ang lumisan sa Kanya! Hindi sila iniwan ng Panginoon,
kundi sila ang lumisan sa Kanya ng walang dahilan!
Nagtatanong Siya, *Ano ba ang nagawa kong kamalian
at ako'y tinalikdan ng inyong mga magulang?* Hindi ba
ang Diyos ay ganap na pareho ngayon tulad ng unang
dumating ka sa Kanya? Nagbago ba ang Diyos? Madalas
na iniisip ng tao na nagbago ang Diyos, ngunit sila ang
may kasalanan. Mga tumalikod, itatanong ko sa inyo,
"Anong kasamaan ang nakita ninyo sa Diyos at iniwan
ninyo Siya at lumayo sa Kanya?" Sinabi Niya na gumawa
kayo ng mga balon na hindi maka-aalis ng uhaw. Ang
mundo ay hindi makapagbibigay ng kasiyahan. Walang
kalupitan, kayamanan, at mga kaligayahan sa mundo
ang makapagbibigay ng kasiyahan sa mga naligaw at
naghahanap ng kaginhawahan sa mga bukal ng mundo
matapos matikman ang tubig ng buhay. Ang mga bukal

ng mundo ay mauubos. Hindi nila malulunasan ang espirituwal na kagutuman.

Ang Jeremias 2:32 ay nagsasabing, *Malilimutan ba ng dalaga ang kanyang mga alahas, o ng babaing ikakasal ang kanyang damit pangkasal? Subalit ako'y kinalimutan ng sarili kong bayan nang napakahabang panahon.* Ito ang paratang na ibinigay ng Diyos laban sa mga tumatalikod. *Ako'y kinalimutan ng sarili kong bayan nang napakahabang panahon.*

Maraming kabataang babae ang nagugulat kapag sinasabi ko sa kanila, "Kaibigan, mas iniisip mo pa ang iyong mga hikaw kaysa sa Panginoon."

Ang kanilang tugon ay, "Hindi po ako ganun."

Ngunit kapag tinanong ko sila, "Hindi ba kayo mag-aalala kung mawawala ito, at hindi ba kayo maghahanap?"

Ang sagot ay, "Maaari, oo, siguro nga." Pero kapag sila ay lumayo sa Panginoon, hindi ito nakababahala sa kanila, o 'di kaya'y hindi nila Siya hinahanap upang makita.

Ilang kabataang babae na noon ay kasapi ng simba-han at araw-araw na nakikipag-ugnayan sa Panginoon ngayon ay nagbibigay ng higit na halaga sa kanilang mga damit at alahas kaysa sa kanilang mahalagang kaluluwa! Ang pag-ibig ay ayaw itong makalimutan. Ang mga ina ay magkakaroon ng pusong durog kapag ang kanilang mga anak ay lumisan sa kanila at hindi na nagpadala ng anumang tanda ng kanilang pagma-mahal; ang Diyos ay kumakatok sa mga tumalikod na parang isang magulang sa mga minamahal na naliligaw. Sinusubukan Niyang ibalik sila. Tinatanong Niya: "Ano ba ang nagawa Ko at iniwan Ninyo ako?"

Ang mga malumanay at mapagmahal na salita na matatagpuan sa buong Bibliya ay mula sa Diyos para sa mga taong iniwan Siya nang walang dahilan. Pakinggan ang Kanyang argumento sa ganitong mga tao: *Paparusahan ka ng sarili mong kasamaan. Ipapahamak ka ng iyong pagtalikod sa akin. Mararanasan mo kung gaano kapait at kahirap ang mawalan ng takot at tumalikod kay Yahweh na iyong Diyos. Ako, ang Panginoong Yahweh, ang Makapangyarihan sa lahat, ang nagsasabi nito* (Jeremias 2:19).

Hindi ko pinalalaki ito kapag sinasabi ko na nakita ko na ang daan-daang mga tumatalikod ang bumalik sa Panginoon, at tinanong ko sila kung hindi ba nila napansin na masama at mapait ang iwanan ang Panginoon. Hindi ka makakikita ng tunay na tumalikod na nakakikilala sa Panginoon na hindi umaamin na masama at mapait ang tumalikod sa Kanya. Hindi ko alam kung mayroon pang ibang talata na mas madalas gamitin para dalhin ang mga naligaw, kung hindi ang nasa Jeremias. Sana ito ay magdala sa iyo pabalik kung ikaw ay tumalikod sa malayong lugar.

Tingnan natin si Lot. Hindi ba't naramdaman niya na ito ay masama at mapait? Nasa Sodom na siya ng dalawampung taon at hindi man lang nakapagpabago ni isa. Magaling siyang tingnan sa paningin ng mundo. Sabi ng mga tao, isa siya sa pinakamaimpluwensya at mahalagang tao sa Sodom. Ngunit, kasamaan, nasira niya ang kanyang pamilya. Nakalulungkot na makita ang tumalikod na ito na naglalakad sa kalye ng Sodom sa hating-gabi, pagkatapos niyang balaan ang kanyang mga anak at hindi sila nakinig.

Hindi pa ako nakakilala ng mag-asawang nagbalik-loob nang hindi nagdudulot ng lubos na pagkawasak sa kanilang mga anak. Niloloko nila ang relihiyon at ipahihiya nila ang kanilang mga magulang: *Nang marinig ito'y naghinagpis ang hari. Umakyat siya sa isang silid sa itaas ng pintuan ng lungsod at buong pait na tumangis. Habang lumalakad siya'y sinasabi niya, "Anak kong Absalom! Anak ko, anak ko, Absalom! Ako na lang sana ang namatay at hindi ikaw, Absalom, anak ko, anak ko!"* (2 Samuel 18:33). Ito ay dahil sa pagkawasak at hindi sa kamatayan ng kanyang anak, ito ang dahilan ng kanyang kalungkutan.

Naalala ko noong nakausap ko ang isang matanda hanggang hatinggabi ilang taon na ang nakararaan. Matagal na siyang naglilibot sa mga tuyong kabundukan ng kasalanan. Nais niyang bumalik sa Diyos ng gabing iyon. Nagdasal kami nang nagdasal hanggang sa biglang sumikat ang liwanag ng Diyos sa kanya at lumabas siya na nagagalak. Kinabukasan, nakaupo siya sa harap ko habang nangangaral ako at hindi pa ako nakakita sa buong buhay ko ng ganito kalungkot at kawalang-siglang tao. Sinundan niya ako sa kwarto para sa mga konsultasyon. "Anong problema?" tanong ko. "Hindi mo ba nakikita si Hesus? Mayroon ka bang pagdududa?"

"Hindi iyon ang dahilan," sabi niya. "Hindi ako pumasok sa trabaho, pero nag-ikot ako sa mga bahay ng mga anak ko. Lahat sila ay may asawa at nasa lungsod na ito. Pumunta ako sa bahay nila patungo sa isa pang bahay, pero lahat sila ay kinukutsa ako. Ito ang pinakamadilim na araw ng buhay ko. Napagtanto ko kung ano ang nagawa ko. Dinala ko ang mga anak ko sa mundo, at ngayon hindi ko na sila mapababalik." Ibinigay ng Panginoon sa kanya ang kagalakan ng kanyang kaligtasan, ngunit may mapait na bunga ang kanyang pagsuway. Kung titingnan mo ang mga nasa paligid mo, makikita mo na paulit-ulit na nagaganap ang mga ganitong pangyayari. Marami ang dumating sa iyong lungsod ng ilang taon na ang nakalipas at naglingkod sa Diyos sa kanilang kasaganaan ngunit nakalimutan na Siya; at nasaan na ngayon ang kanilang mga anak? Ipakita mo sa akin ang ama at inang tumalikod sa Panginoon at nagbalik sa maliliit na bagay sa mundo, at malamang na ang kanilang mga anak ay patungo sa kawalan.

Dahil nais nating maging tapat, nagbibigay tayo ng babala sa mga tumatalikod. Tanda ito ng pag-ibig na magbabala sa peligro. Maaaring tingnan tayo bilang mga kaaway sa simula, ngunit ang mga tunay na kaibigan ay yaong nagbibigay ng babala. Wala nang tapat na kaibigan pa ang Israel kundi si Moses. Ibinalik niya ang mga tao sa Diyos, ngunit pinabayaan siya ng mga ito. Nakalimutan nila ang Diyos na nagdala sa kanila sa Ehipto at naghatid sa kanila sa lupain ng pangako. Sa kanilang kasaganaan, nakalimut sila at lumayo sa Kanya. Sinabi na ng Panginoon sa kanila ang mangyayari, at nangyari nga (Deuteronomio 28). Ang hari na nagpawalang-bisa sa salita ng Diyos ay ikinulong ni Nebukadnezar, at ang kanyang mga anak ay dinala sa harapan niya, at ang bawat isa sa kanila ay pinatay. Pagkatapos, binihag siya at binalot ng mga kadenang tanso at inihulog sa kulungan sa Babilonya (2 Hari 25:7). Iyan ang naging bunga ng kanyang mga ginawa. Talagang masama at mapait ang pagbabalik sa masamang gawi,

ngunit nais ng Panginoon na manumbalik ka sa pama-
magitan ng mensahe ng Kanyang Salita.

Sa Jeremias 8:5, nakasaad, *Bayan kong hinirang,
bakit kayo lumalayo sa akin ngunit hindi naman nag-
babalik? Bakit hindi ninyo maiwan ang inyong mga
diyus-diyosan, at ayaw ninyong magbalik sa akin?* Iyan
ang dala ng Panginoon laban sa kanila. Ayaw nilang
bumalik. Patuloy na sinasabi ng Diyos:

> *Naghintay ako at nakinig ngunit walang
> nagsalita ng katotohanan. Ni walang
> nagsisi sa kanyang kasalanan. Wala man
> lamang nagtanong, 'Anong kasalanan ang
> nagawa ko?' Bawat isa ay ginawa ang saril-
> ing maibigan, gaya ng kabayong patungo sa
> digmaan. Nalalaman ng ibong palipat-lipat
> ng tirahan, ng batu-bato, ng langay-lan-
> gayan at ng tagak, kung kailan sila dapat
> lumipat at kung kailan dapat magbalik.
> Ngunit kayo, na aking bayan, hindi ninyo
> nalalaman ang aking kautusan na dapat
> ninyong sundin.* (Jeremias 8:6-7)

Ngayon, tingnan ninyo: *Naghintay ako at nakinig ngunit
walang nagsalita ng katotohanan.* Walang tahanan para
sa pagsamba! Hindi nagbabasa ng Bibliya! Walang priba-
dong debosyon! Ang Diyos ay nakayuko para makinig,
ngunit ang Kanyang bayan ay lumihis na! Kung may-
roong nanghihinang lalayo sa Diyos, isa na naghahangad
ng kapatawaran at pagbabalik, walang mas magandang
mga salita kundi ang matatagpuan sa Jeremias 3:12-14:

*Inutusan niya akong magpunta sa hilaga
at sabihin sa Israel, Manumbalik ka, tak-
sil na Israel. Hindi na kita kagagalitan
sapagkat ako'y mahabagin. Hindi habang
panahon ang galit ko sa iyo. Aminin mo
lamang na nagkasala ka at naghimagsik
laban kay Yahweh na iyong Diyos. Sabihin
mo na sa ilalim ng bawat punongkahoy
ay nakiapid ka sa kahit sinong diyos at
hindi ka sumunod sa aking mga utos," ang
sabi ni Yahweh. Magbalik kayo sa akin,
kayong mga taksil na anak, sapagkat ako
ang inyong Panginoon, sabi pa ni Yahweh.
Kukuha ako sa inyo ng isa sa bawat bayan
at dalawa sa bawat angkan at ibabalik ko
kayo sa Bundok ng Zion.*

Aminin mo lamang na nagkasala ka. Ilang beses ko
nang ipinakita ang bahaging ito sa isang taong tuma-
likod sa pananampalataya! Tanggapin mo ang iyong
kasalanan, at nangako ang Diyos na patatawarin ka
Niya. Naalala ko ang isang lalaking nagtanong, "Sinong
nagsabi niyan? Nandun ba 'yan?" At ipinakita ko sa
kanya ang bahagi ng Kasulatan, *Aminin mo lamang
na nagkasala ka* at lumuhod siya at umiyak, "Aking
Diyos, ako ay nagkasala." Binago ng Panginoon ang
kanyang buhay sa oras na iyon. Kung ikaw ay tuma-
likod sa Kanya, nais Niya na bumalik ka.

Sa kasunod na talata, sinabi ng Diyos, *Ano ang
gagawin ko sa inyo, Oh Efraim? Ano ang gagawin ko sa
inyo, Oh Juda? Sapagkat ang inyong katapatan ay tulad*

ng mga ulap sa umaga at tulad ng hamog na agad na nawawala" (Osea 6:4). Ang kanyang habag at pag-ibig ay kamangha-mangha!

Tingnan natin ang Jeremias 3:22: *"Manumbalik kayo, mga anak na taksil," sabi ni Yahweh, pinapatawad ko na kayo sa inyong mga kasalanan. Sabihin ninyo: "Oo, lalapit na kami sapagkat si Yahweh ang aming Diyos!* Kahit ang mga salitang tama ay inilagay Niya sa tumalikod sa pananampalataya. Lumapit ka lamang, at kung babalik ka, tatanggapin ka Niya nang buong biyaya at buong pagmamahal.

Sa Hosea 14:1-2,4, sinabi: *Manumbalik ka Israel kay Yahweh na iyong Diyos. Ang pagbagsak mo ay bunga ng iyong kasamaan. Dalhin ninyo ang inyong kahilingan, lumapit kayo kay Yahweh; sabihin ninyo sa kanya, Patawarin po ninyo kami. Kami'y iyong kahabagan, kami'y iyong tanggapin. Maghahandog kami sa iyo ng pagpupuri.*

Sabi ni Yahweh, Pagagalingin ko na sila sa kanilang kataksilan, mamahalin ko na sila nang walang katapusan, sapagkat napawi na ang galit ko sa kanila. Ang tawag na bumalik sa Diyos ay matatagpuan sa lahat ng mga talatang ito.

Kung ikaw ay tumalikod, tandaan mo na ikaw ang lumayo sa Kanya – hindi Siya ang lumayo sa iyo. Kailangan mong umalis sa hukay ng nalilihis sa parehong paraan ng iyong pagkakapasok. Kung babalikan mo ang daan na iyong nilakaran papalayo sa Panginoon, matatagpuan mo Siya ngayon, nandoon lang Siya sa kinaroroonan mo.

Kung pakikitunguhan natin si Kristo bilang isang kaibigan dito sa lupa, hindi natin Siya iiwan at hindi magkakaroon ng kahit isang tatalikod. Kung magla-lagi ako sa isang bayan sa loob ng isang linggo, hindi ko maiisipan pang umalis nang hindi nagpapaalam sa mga kaibigan ko. Tama lang na ako ay mapuna kung sumakay ako sa tren at umalis na hindi nagsasabi ng kahit anong salita sa sinuman. Ang sigaw marahil ay, "Anong nangyayari?" Pero nakarinig ka na ba ng isang tumalikod na nagsasabi ng paalam sa Panginoong Hesus Kristo? Nakarinig ka na ba ng sinumang lumayo kay Hesus na una nang nakilala ang Diyos nang mag-isa at nagsabi, "Panginoong Hesus, kilala kita sa loob ng sampu, dalawampu, o tatlumpung taon, pero pagod na akong maglingkod sa Iyo. Hindi madali ang Iyong pamatok at hindi magaan ang Iyong pasanin, kaya baba-lik na ako sa mundo, sa mga bagay ng Ehipto. Paalam, Panginoong Hesus! Hanggang sa muli"? Nakarinig ka na ba ng ganun? Hindi, hindi mo narinig at hindi mo rin maririnig. Sinasabi ko sa iyo, kung mag-iisa ka kasama ang Diyos at iiwasan ang mundo para makipag-usap sa Panginoon, hindi mo Siya iiwan. Ang wikang magmumula sa puso mo ay, Sumagot si Simon Pedro, *"Panginoon, kanino pa po kami pupunta? Nasa inyo ang mga salitang nagbibigay ng buhay na walang hanggan* (Juan 6:68). Hindi mo magagawang bumalik sa mundo kung pakikinggan mo Siya sa ganung paraan. Malalaman mo na tanging kay Hesus ka lang pwedeng lumingon. Pero iniwan mo Siya at tumakbo palayo. Nakalimutan mo Siya sa hindi mabilang na araw. Bumalik ka ngayon, kung ano ka man ngayon! Magpasya kang hindi ka magpapahinga hangga't hindi ka naibabalik ng Diyos sa dati, sa kagalakan ng Kanyang kaligtasan.

Isang lalaking taga-Cornwall ay nakatagpo ng isang Kristiyano sa kalye na alam niyang nagbalik-loob sa kanyang mga kasalanan. Lumapit siya sa kanya at sinabi, "Sabihin mo sa akin, hindi ba mayroong paghihiwalay sa pagitan mo at sa Panginoong Hesus?"

Ang lalaki ay yumuko at nagsabi, "Oo."

Sinabi ng lalaking taga-Cornwall "Ano ba ang ginawa Niya sa iyo?". Sumagot ang lalaki na puno ng luha.

Sa Apocalipsis 2:4-5, nakasaad:

Subalit may isang bagay na ayaw ko sa iyo: iniwan mo na ang pag-ibig mo noong una. Alalahanin mo ang dati mong kalagayan; pagsisihan mo at talikuran ang iyong masa- samang gawa, at gawin mong muli ang mga ginagawa mo noong una. Kapag hindi ka nagsisi, pupunta ako diyan at aalisin ko sa kinalalagyan ang iyong ilawan.

Nais kong balaan ka laban sa isang pagkakamali na nagagawa ng ilang tao patungkol sa paggawa ng mga unang gawa o kasalanan. Maraming tao ang nag-iisip na dapat nilang maranasang muli ang parehong karanasan. Ito ay nagdulot ng pagkalito sa libu-libong tao nang maraming buwan, dahil sila ay naghihintay ng pani- bagong pagbabago sa kanilang mga unang karanasan. Hindi mo na mararanasan muli ang parehong karana- san kagaya noong unang sumunod ka sa Panginoon. Hindi inuulit ng Panginoon ang Kanya nang ginawa. Walang dalawang tao sa daigdig na magkakapareho sa hitsura o sa pag-iisip. Maaaring sabihin mo na hindi mo masabi ang pagkakaiba ng dalawang tao, pero kapag nakilala mo na sila, mabilis mong makikilala ang mga pagkakaiba nila. Kaya, walang sinuman ang magkakaroon ng parehong karanasan sa pangalawang pagkakataon. Kung ibabalik ng Diyos ang kagalakan sa iyong kaluluwa, hayaan mo Siya na gawin ito sa Kanyang paraan. Huwag kang magplano ng isang paraan upang pagpalain ka ng Diyos. Huwag mong asahan na magkakaroon ka ng parehong karanasan na naranasan mo dalawa o dalawampung taon na ang nakalipas. Makararanas ka ng bagong karanasan, at gagamitin ka ng Diyos sa Kanyang sariling paraan. Kung iyong ikinukumpisal ang iyong mga kasalanan at sinasabing nalalagi ka sa landas ng Kanyang mga utos, ibabalik ng Diyos ang kagalakan ng Kanyang kaligtasan sa iyo.

Pansinin ang paraan kung paano bumagsak si Pedro, dahil halos lahat ng tao ay bumabagsak sa parehong paraan. Nais kong magbigay ng babala sa mga hindi pa nalulugmok. *Kaya't mag-ingat ang sinumang nag-aakalang siya'y nakatayo, at baka siya mabuwal* (1 Corinthians 10:12). Dalawampu't limang taon na ang nakalipas, at sa unang limang taon pagkatapos akong magbago, iniisip ko na kung makatatayo ako nang matatag kay Kristo nang dalawampung taon, hindi na ako dapat matakot na bumagsak. Ngunit habang papalapit ka sa krus, lalong nagiging matindi ang labanan. Si Satanas ay naghahangad nang mataas. Dumating siya sa gitna ng labingdalawa at pinili ang ingat-yaman na si Judas Iscariote, at ang pangunahing apostol, si Pedro. Karamihan ng mga tao na bumagsak ay nangyari sa pinakamatibay na bahagi ng kanilang pagkatao. Sinabi sa akin na ang tanging dako ng Kastilyo ng Edinburgh na napanalunan ay ang lugar kung saan pinakamatataas ang bato at kung saan nag-iisip ang garison na sila ay ligtas. Kung mayroong tao na nag-iisip na kaya niyang labanan ang tukso ng demonyo sa isang tiyak na punto, kailangan niyang mag-ingat doon dahil doon darating ang panunukso.

Si Abraham ay nasa unahan ng pamilya ng pananampalataya, at ang mga anak ng pananampalataya ay maaaring magtala ng kanilang angkan sa kanya; ngunit sa Ehipto, itinanggi niya ang kanyang asawa (Genesis 12). Kilala si Moises sa kanyang kahinhinan, ngunit siya ay hindi pinahintulutan na pumasok sa lupain ng pangako dahil sa kanyang isang pagkakamali at salita, nang sinabihan siya ng Panginoon na magsalita sa bato upang magkaroon ng tubig ang kanyang mga kasama at hayop. *"Makinig kayo, mga mapanghimagsik. Gusto ba ninyong magpabukal pa kami ng tubig mula sa batong ito?* (Numeros 20:10).

Si Elias ay kilala sa kaniyang tapang, ngunit siya ay pumunta sa isang araw ng paglalakbay sa ilang na parang isang duwag at nagtago sa ilalim ng isang puno ng juniper, na humihiling na mamatay dahil sa mensahe na natanggap niya mula sa isang babae (1 Hari 19). Mag-ingat tayo. Kahit sino pa man ang tao - maaaring nasa pulpito o sa ibang mataas na lugar - kung siya ay magmamapuri, tiyak na malalaglag siya. Tayo na sumusunod kay Kristo ay kailangang patuloy na manalangin upang maging mababa ang loob at manatiling mababa ang loob. Ginawa ng Diyos ang mukha ni Moises na magliwanag upang makita ito ng ibang mga tao, ngunit hindi alam ni Moises na nagliwanag ang kaniyang mukha. Kapag ang puso ng isang tao ay banal, mas malinaw ang kaniyang pang-araw-araw na pamumuhay na katulad ni Kristo at ang kaniyang pagmamahal sa Diyos ay makikita ng mundo. May ilang mga taong nagsasalita tungkol sa kung gaano kababa ang loob nila, ngunit kung sila ay may tunay na kababaang-loob, hindi na nila kailangang ipahayag ito. Ang isang parola ay hindi kailangang tumunog ng tambol o magpatunog ng trumpeta upang ipahayag na malapit ito; siya mismo ang patunay. Kung mayroon tayong tunay na liwanag sa ating loob, ito ay magpapakita. Hindi ang mga taong maingay ang mayroong pinakamaraming kabanalan.

Mayroong isang sapa, o isang munting "ilog" gaya ng tawag ng mga Scotch dito malapit sa aking tirahan. Matapos ang malakas na pag-ulan, maaari mong marinig ang kanyang malakas na agos sa malayong lugar; ngunit kung mayroong ilang araw na magandang panahon, halos hindi na maririnig ang sapa. Mayroon din isang ilog malapit sa aking bahay, na ang daloy ay hindi malakas at nagpapatuloy sa kanyang malalim at marangal na pagdaloy buong taon. Dapat na mayroon tayong sapat na pagmamahal sa Diyos sa ating loob upang maging halata ang Kanyang presensiya sa atin nang hindi kailangang mag-ingay.

Ang unang hakbang sa pagbagsak ni Pedro ay ang kanyang pagiging sobrang mapagtiwala sa sarili. Binalaan siya ng Panginoon. Sabi ng Panginoon, *Simon, Simon! Makinig ka! Hiniling ni Satanas na*

subukin kayo tulad sa ginagawa ng magsasaka na ini-
hihiwalay ang ipa sa mga trigo. Subalit idinalangin kita
upang huwag manghina ang iyong pananampalataya.
(Lucas 22:31-32*). Sumagot si Pedro, "Panginoon, handa*
po akong mabilanggo at mamatay na kasama ninyo!
(Lucas 22:33). *Kahit na po kayo iwan ng lahat, hindi*
ko kayo iiwan. (Mateo 26:33). "Si Santiago at Juan at
ang iba ay maaaring iwanan Ka, ngunit ako ay maaari
mong asahang hindi!" Pero binalaan siya ng Panginoon:
Ngunit sinabi ni Jesus, "Pedro, tandaan mo ito, bago
tumilaok ang manok sa araw na ito ay tatlong beses
mo akong ikakaila. (Lucas 22:34).

Kahit na pinagsabihan siya ng Panginoon, sinabi
pa rin ni Pedro na handa siyang sundan ito hanggang
kamatayan. Ang pagmamayabang na ito ay kadalasang
nagpapahiwatig ng isang pagbagsak. Kaya dapat tay-
ong lumakad nang may kababaang-loob at pagpapak-
umbaba. Mayroon tayong isang malaking tukso, at sa
isang hindi nag-iingat na oras, maaaring matapilok at
malagay sa kahihiyan ang pangalan ni Kristo.

Ang sumunod na hakbang sa pagbagsak ni Pedro ay ang
pagtulog niya. Kung aantok-antok ang iglesia, ginagawa
ni Satanas ang kanyang trabaho sa pamamagitan ng sar-
iling mga tao ng Diyos. Sa halip na bantayan ni Pedro
ang isang mahalagang oras sa Getsemani, natulog siya.
Tinanong pa nga ng Panginoon, *Talaga bang hindi kayo*
makapagpuyat na kasama ko kahit isang oras man lamang?
(Mateo 26:40). Ang susunod na nangyari ay lumaban siya
sa lakas ng kanyang laman. Sinaway siya ng Panginoon at
sinabi, *Ang nabubuhay sa tabak ay sa tabak mamamatay.*
(Mateo 26:52). Kailangan pang baguhin ni Hesus ang

nagawa ni Pedro. Ang sumunod na nangyari, *Sumunod si Pedro, ngunit hindi gaanong lumalapit* (Mateo 26:58). Pahakbang-hakbang siyang lumalayo. Nakalulungkot na kapag ang isang anak ng Diyos ay naglalakad papalayo. Kapag nakikita mong nakikihalubilo siya sa mga kaibigan na makamundo at ibinabaling niya ang kanyang impluwensya sa maling panig, sumusunod siya sa malayo. Hindi magtatagal at madudumihan ang dating magandang pangalan ng pamilya, at si Hesus Kristo ay masasaktan sa bahay ng Kanyang mga kaibigan. Ang tao, sa pamamagitan ng kanyang halimbawa, ay magiging dahilan ng pagkakasala at pagbagsak ng iba.

Pagkatapos niyon, si Pedro ay nakipagkaibigan at naging pamilyar sa mga kaaway ni Kristo. Sabi ng isang dalaga kay Pedro:

> *Kasamahan ka rin ni Jesus na taga-Galilea, hindi ba?" Ngunit nagkaila si Pedro sa harap ng lahat. "Wala akong nalalaman sa sinasabi mo," sagot niya. Pumunta siya sa may pintuan at nakita siya ng isa pang utusang babae. Sinabi nito sa mga naroon, "Ang taong ito'y kasamahan ni Jesus na taga-Nazaret." Muling nagkaila si Pedro, "Isinusumpa ko, hindi ko kakilala ang taong iyon!"* (Mateo 26:69-72)

Isang oras pa ang lumipas, pero hindi pa rin napapansin ni Pedro ang kanyang kalagayan. Nang isa pang tao ang may kumpyansang nagsabi na mukhang taga-Galilea si Pedro dahil sa kanyang pananalita, *Pagkatapos ay*

nagpasimula siyang magsalita ng masama at manumpa
at muli niyang tinanggihan ang kanyang Panginoon; at
timikaok ang tandang. (Mateo 26:73-74).

Si Pedro ay nagsimula sa mataas na pagsasarili, at bumaba nang paunti-unti hanggang sa sumigaw siya ng mga sumpa at itinanggi niya ang kanyang Panginoon.

Maaring tingnan at sabihin ng Panginoon sa kanya, "Totoo ba, Pedro, nakalimutan mo na agad ako? Hindi mo ba naalala nang may lagnat ang biyanan mo at pinagbawalan ko ang sakit at gumaling siya (Mateo 8:14-15)? Hindi mo ba naalala kung paano ka namangha nang napakaraming isda ang nahuli mo at sinabi mo, *Lumayo kayo sa akin, Panginoon, sapag-kat ako'y isang makasalanan* (Lucas 5:8)? Naalala mo ba nang sumigaw ka, "Panginoon, iligtas Mo ako" at hinablot Ko ang iyong kamay at hindi ka nalunod sa tubig (Mateo 14:30-31)? Nakalimutan mo na ba nang nasa bundok ka ng Pagbabago kasama si Santiago at Juan, at sinabi mo sa akin, *Panginoon, mabuti't naririto kami. Kung gusto ninyo, magtatayo ako ng tatlong tolda* (Mateo 17:4)? Nakalimutan mo na ba ang nangyari sa hapag-kainan at sa Gethsemane? Totoo ba na nakalimutan mo na ako?" Maaring ganyan ang sasabihin ng Panginoon sa kanya, pero hindi Niya ginawa iyon. Isang tingin lamang ng Panginoon kay Pedro, at napakalaki ng pagmamahal na nakita niya sa mga mata ng Panginoon na nakadurog ng puso niya; lumabas siya at umiyak nang malakas.

Pagkatapos na muling mabuhay ni Kristo, pansinin ang magandang pagtrato Niya sa nagkamaling alagad. Sinabi ng anghel sa libingan, *sabihin ninyo sa kanyang mga alagad at kay Pedro* (Marcos 16:7). Hindi binitawan ng Panginoon si Pedro kahit na itinanggi Siya nito nang tatlong beses, at pinadala Niya ang maalab at espesyal na mensaheng ito sa nagbabalik-loob na alagad. Anong maamo at mapagmahal na Tagapagligtas ang mayroon tayo!

Kaibigan, kung ikaw ay isa sa mga lumilihis o tumatalikod, hayaan mong ang mapagmahal na tingin ng Panginoon ang magbalik-loob sa iyo. Hayaan mong ibalik ka Niyang muli sa kagalakan ng Kanyang kaligtasan.

Bago ako magwakas, nais kong sabihin na ipinagdarasal ko sa Diyos na mapatawad at maibalik sa tamang landas ang mga nalilihis ng landas na makababasa ng mga pahinang ito at maging kapakipakinabang na kasapi ng lipunan at magandang halimbawa sa simbahan sa hinaharap. Hindi tayo magkakaroon ng Salmo 32 kung hindi nabigyan ng pagkakataon si David na makabalik sa tamang landas: *Mapalad ang taong pinatawad na ang kasalanan, at pinatawad rin sa kanyang mga pagsalangsang.* (Salmo 32:1). Kung hindi dahil sa pag-ibig ng Diyos, hindi tayo magkakaroon ng kahanga-hangang Salmo 51, na isinulat ng isang naligaw ng landas na nagbalik-loob. Hindi rin tayo magkakaroon ng kahanga-hangang sermon sa araw ng Pentecostes kung saan tatlong libong tao ang nagbalik-loob sa pamamagitan ng isang dating nalihis ng landas na naging tagapagturo (Gawa 2).

Nawa'y ituro ng Diyos and daan sa iba pang mga nalilihis ng landas at gawin silang libu-libong beses na mas kapaki-pakinabang para sa Kanyang kaluwalhatian kaysa sa dati nilang kalagayan. Kung hindi mo pa nakikilala si Hesus o kung ikaw ay naligaw, tumalikod at nawala sa Kanya, tumingin ka sa Kanya ngayon!

Tungkol sa May-akda

Ipinanganak si Dwight Lyman Moody noong ika-5 ng Pebrero taong 1837 sa Northfield, Massachusetts. Namatay ang kanyang ama noong siya ay apat na taong gulang pa lamang, na nag-iwan sa kanyang ina ng siyam na anak na dapat niyang alagaan. Nang si Dwight ay labimpitong taong gulang na, umalis siya para magtrabaho bilang isang tindero sa Boston. Isang taon pa lamang ang nakalipas, naipakilala siya kay Hesus Kristo ng kanyang "Sunday school teacher" na si Edward Kimball. Noong siya ay makarating sa Chicago, nagturo siya ng kanyang sariling "Sunday school class". Noong siya ay nasa ika-dalawampu't tatlong taong gulang, naging matagumpay siya bilang isang tindero ng sapatos, na kumikita ng limang libong dolyar sa loob ng walong buwan, na malaking halaga na sa gitna ng ika-labing-siyam na siglo. Ngunit dahil sa nais niyang maglingkod kay Hesus, iniwan niya ang kanyang trabaho upang maglingkod sa Kristiyanismo na may suweldo lamang na tatlong daang dolyar kada taon.

Hindi hinirang na isang ministro si D. L. Moody, ngunit siya ay isang epektibong ebanghelista. Isang beses ay sinabihan siya ni Henry Varley, isang ebanghelistang Briton, "Moody, ang mundo ay hindi pa nakakikita kung ano ang magagawa ng Diyos sa isang taong lubos na nakatutok sa Kanya." Sinabi ni Moody sa huli, "Sa tulong ng Diyos, layunin kong maging ganoong tao."

Sinasabi na sa panahon ng kanyang buhay, nang walang tulong ng telebisyon o radyo, naglakbay si Moody nang higit sa isang milyong milya, nangaral sa higit na isang milyong tao, at nakausap nang personal ang mahigit sa pitumpu't limang libong indibidwal.

Namayapa si D. L. Moody noong Disyembre 22, 1899.

Sinabi ni Moody noon, "Balang araw babasahin mo sa diyaryo na si D. L. Moody ng East Northfield ay namatay. Huwag kang maniwala tungkol dito! Sa sandaling iyon, mas buhay pa ako kaysa sa ngayon. Lulutang ako nang mas mataas - sa isang bahay na walang hanggan; isang katawan na hindi kayang tamaan ng kamatayan, na hindi kayang madumihan ng kasalanan, isang katawan na tulad ng Kanyang maluwalhating katawan. Ipinanganak ako sa laman noong 1837. Ipinaanak ako sa Espiritu noong 1856. Ang ipinanganak sa laman ay maaaring mamatay. Ang ipinanganak sa Espiritu ay mabubuhay magpakailanman."